आपल्या
स्नेहीजनांना
पुस्तके
भेट द्या

मंजिरी

माधवी देसाई

D9900271

मेहता पब्लिशिंग हाऊस

Please contact us at **Mehta Publishing House,** Pune 411030.
Email : production@mehtapublishinghouse.com
Website : www.mehtapublishinghouse.com

MANJIRI by MADHAVI DESAI

मंजिरी : माधवी देसाई / कादंबरी

Email : author@mehtapublishinghouse.com

© सुरक्षित

मराठी पुस्तक प्रकाशनाचे हक्क, मेहता पब्लिशिंग हाऊस, पुणे.

प्रकाशक : सुनील अनिल मेहता, मेहता पब्लिशिंग हाऊस,
१९४१, सदाशिव पेठ, माडीवाले कॉलनी, पुणे - ४११०३०.

मुखपृष्ठ : चंद्रमोहन कुलकर्णी

प्रकाशनकाल : जानेवारी, १९८६ / ऑक्टोबर, १९९३ /
पुनर्मुद्रण : मे, २०१५

P Book ISBN 9788171612956
E Book ISBN 9788184987409
E Books available on : play.google.com/store/books
www.amazon.in

ज्यांच्यामुळे
तेज, सामर्थ्य व स्वाभिमान
यांची ओळख झाली;
देव, देश, धर्म यांच्यावरची श्रद्धा
मनातून जोपासली गेली;
ते माझे बाबा –
पूज्य भालजी पेंढारकर
यांचे चरणी
सादर समर्पण

                 – अबी

'तुझं नाव मी मंजिरी ठेवलंय –
तुळस-मंजिरी...
जिनं सदा प्रेमच दिलं.
तळाखालच्या बाळकृष्णाला सावली दिली.
पण स्वत:ची मर्यादा
कधी ओलांडली नाही.'

सारं रामपूर धुक्यानं वेढून गेलं होतं. आजूबाजूच्या टेकड्या, झाडं, नदीचं पात्र, त्यावरचा पूल... सारं धुक्याच्या दाट पडद्याआड लपून बसलं होतं. मध्येच वाऱ्याचा झोत येई. धुक्याचा पडदा विरळ होई. एखाद्या सुंदर चेहऱ्यावरचं अवगुंठन दूर व्हावं आणि कळत नकळत, तो चेहरा दिसून परत पडद्यात लपावा तशी देखणी रामपूरची वास्तू दिसून परत धुक्यानं वेढली जाई. सारं वातावरण कसं थंड, बधिर झालेलं होतं.

पहाटे पाचचा सुमार असावा. जयाला जाग आली. राममंदिरात घंटा वाजत होती. दूरवरून मशिदीतून अझान पण कानावर आली. नुकताच डोळा लागत होता. पण जाग येताच जया उठून बसली. अंथरुणावर बसूनच तिनं देवाला अभावितपणे हात जोडले. सवयच होती तशी. पाठीवर पसरलेल्या केसांची सैलसर गाठ मारली आणि उठून तिनं आपल्या खोलीच्या खिडक्या उघडल्या. दाट धुक्याचा लोट, थंड हवेला सोबत घेऊनच आत आला. ही वेळ, ही हवा, हा गंध असं पहाटे उभं राहणं हे रोजचंच होतं. पण आज जयाचं मन लागेना. अस्वस्थपणा मनातून जाणवत होता. आजच नव्हे, गेले कित्येक दिवस ती अशीच बेचैन होती. ज्या दिवसापासून खटला सुरू झाला होता आणि निकालाचा दिवस जवळ येत होता, तसतशी मनाची शांती, प्रसन्नता ढासळत चालली होती.

सारा बंगला शांत होता. तिनं अजयच्या – आपल्या मुलाच्या अंगावरचं पांघरूण सरळ केलं. ती देवघरात आली. समईतल्या वाती मंदावल्या होत्या. तिनं पळीनं तेल घातलं. त्या उजेडात तिनं रामाचं दर्शन घेतलं. ओठानं ती रामनाम घेऊ लागली. हात जपमाळेवरून फिरत होता.

'अनुदिनि अनुतापे तापलो रामराया...'

छे! आज लक्षच लागत नव्हतं. तिची नजर मानसिंगांच्या फोटोकडे गेली. डोकीला साफा, जोधपुरी कोट, पायात घट्ट सुरवार, धारदार नाक, देखणा, उभट चेहरा फोटो बघता-बघता जया अस्वस्थ होत होती.

इतकं प्रेम दिलं; घेतलं. पण माणूस समजू शकत नाही. उगीचच काही म्हणायचं. प्रेमाचे शब्द वापरायचे. खोटी समजूत करून घ्यायची! पण शेवटी कुणीच कुणाचं अंतरंग समजून घेऊ शकत नाही. सारं खोटं. खोट्या स्वप्नामागे धावणं. त्यांनी आपलं अंतरंग कधीच मोकळं केलं नाही. मनातले विचार कधी सांगितलेच नाहीत. आपण मात्र वेड्या. सारं खरं धरून चाललो होतो. त्यांनी मृत्युपत्र केलं होतं. पण कधी सांगितलंही नाही. का लपवून ठेवलं असेल? काय असेल त्या मृत्युपत्रात की, ज्यामुळे कांचनमालांना जिंकण्याची खात्री वाटावी?

जयाला कालचा कोर्टातला प्रसंग आठवला. मृत्युपत्र सादर करताना वकिलांच्या चेहऱ्यावरचा विजयी भाव स्पष्ट आठवला. कांचनमालांचं उपहासानं भरलेलं हसू आठवलं.

दुसरं काही आठवतच नव्हतं.

■

कोर्टाचं आवार माणसांनी गजबजलेलं होतं. काळे कोट घातलेले वकील, त्यांच्या मागे-मागे चालणारे अशील. सारं धावपळीचं वातावरण होतं.

जया आणि खाँसाब रिक्षातून उतरले. त्यांचे वकील शेळके व रफिक मुल्ला त्यांची वाट बघत होते. त्या येताच त्यांनी नमस्कार केला व त्यांना घेऊन ते आत गेले. सारं कोर्ट गच्च भरलं होतं. जयाचा खटला हा गाजलेला खटला होता. दिवसेंदिवस गूढ बनत चालला होता. कोर्टाच्या व्हरांड्यातून जाताना जयाच्या कानावर आलं –

"ती बघ रे! जयाबाई. शिर्केसाहेबांच्या इस्टेटीसाठी त्यांच्या बायकोवर दावा लावलाय."

"बायकोवर? मग ही कोण?"

"अरे, इस्टेटीसाठी दावा करावा लागला, म्हणजे ही कोण असेल? शेवटी जातीवर जाणार. शिर्केसाहेब गेले. आता ही आणि हिची मुलं, ही वारसदार आहेत म्हणून खटला लावलाय."

"अशा बाया जर वारसदार ठरल्या तर, लफडी करणाऱ्यांनी आधीच विचार करायला हवा रे बाबा!"

आणि या उद्गारानंतरचे कुत्सित हास्य!

जयाला आता त्याची सवयच झाली होती. तरी तिच्या चेहऱ्यावर विषण्ण भाव पसरला. खिन्न स्वरात ती शेळके वकिलांना म्हणाली,

"वकीलसाहेब, तुम्हालाही असंच वाटलं का की, मी पैशांसाठी, वारसासाठी

भांडते आहे? नाही. माझं भांडण त्यासाठी नाही. माझं भांडण प्रतिष्ठेसाठी आहे. मी शिर्केसाहेबांची रखेली नाही. आमचं लग्न झालेलं आहे. अजय त्यांचा मुलगा आहे. हा खटला आमच्या जीवन-मरणाचा प्रश्न आहे. खटला आपण जिंकलाच पाहिजे. पण... हरले तर? माझ्या मुलाची प्रतिष्ठा धुळीला मिळेल. सारा जन्म वाया जाईल. केविलवाणं जिणं जगावं लागेल. मला साऱ्यांना दाखवून द्यायचं आहे....''

जया बोलतच राहिली असती. तिला खाँसाहेबांनी अडवलं –

''बेटी, शांत हो पाहू! इतका मनस्ताप कशासाठी? प्रतिष्ठा घराण्यातून लाभत नसते. ती मिळवायची असते.'' खाँसाब तिला सावरत म्हणाले.

''शिवाय दीदी, आपण सारे पुरावे कोर्टाला सादर केले आहेत. तुमच्या लग्नाचे फोटो, भटजींची साक्ष, हवेली खरेदी-विक्रीची कागदपत्रं, मुलाच्या जन्माचे दाखले सर्व पुरावे भरगच्च आहेत. आपण इतकी वर्षं एकत्र राहिलात, संसार केलात. आपलं पत्नीपद कोर्टाला मानावंच लागणार.''

शेळके वकील धीर देत होते. रफिकमियाँ मात्र शांत होते.

हे बोलणं चालू असतानाच कोर्टाच्या पोर्चमध्ये पांढरी फियाट थांबली. त्यातून शिर्केसाहेबांच्या पत्नी कांचनमाला व पुत्र विक्रमसिंह उतरले. पाठोपाठ दोन वकील, दिवाणजी देसाई, कारकून असा परिवार पण उतरला. व्हरांड्यातल्या एका बाकावर जया, खाँसाब, शेळके वकील व रफिकमियाँ बसले होते. कांचनमाला ताठ मानेनं पायऱ्या चढत होत्या. गुलाबी चंदेरी साडी. हातात माणकांच्या बांगड्या, कलप लावून काळी केलेली फुगवलेली केसांची महिरप, आडवा बांधा, नजरेतला अहंकार, एखाद्या नागिणीसारख्या सळसळत त्या जयाच्या समोरून गेल्या. त्यामागून सारे हुजरे!

खाँसाबांनी जयाकडे पाहिलं. खाली मान घालून ती बसली होती. मनावरचा ताण कमी व्हावा म्हणून ओठांनी रामनाम घेत असावी. साधी पांढरी वॉयल, पांढरे पोलके, गळ्यात रुद्राक्षाची माळ, हात, गळा अलंकारावाचून ओका दिसत होता. वाळलेल्या खारकेसारखी जया सुकली होती.

''किती सोसलं या पोरीनं!'' खाँसाहेबांच्या मनात कणव दाटून आली, ''अल्ला! रहेम कर. पोरीला न्याय दे!''

शेळके वकिलांनी तिला आत बोलावलं. ती आत गेली व बाकावर बसली. कांचनमाला आणि त्यांचा परिवार दुसऱ्या बाकावर बसला होता; जयाची साक्ष सुरू झाली....

''...होय. मी सादर केलेले पुरावे सर्व अस्सल आहेत. मी, माझा मुलगा, कै. शिर्केसाहेबांचे कायदेशीर वारसदार आहोत, हे सिद्ध करण्यासाठी मी हा खटला श्रीमती कांचनमाला यांच्यावर दाखल केला आहे. मला व माझ्या दोन्ही मुलांना न्याय मिळावा.''

उलटतपासणीसाठी विरोधी पक्षाचे वकील देशपांडे उभे राहिले. कोर्टाची परवानगी घेऊन त्यांनी जयाची साक्ष घेण्यास सुरुवात केली.

"तुमचं शिर्केसाहेबांशी लग्न झालं होतं. फोटो, भटजींची साक्ष, कागदपत्रं सर्व मान्य करून मी एक प्रश्न विचारतो, जर लग्न झालं होतं, तर मग परवापर्यंत चोरून तुम्हाला पुण्याला का ठेवलं? याच गावात का आणलं नाही? आता शेवटी या गावात आलात, पण नाइलाज झाला म्हणून ना?"

"या गावात मी आले असते, तर ते सर्वांनाच त्रासाचं झालं असतं."

"तसं नव्हे. या गावात तुम्हाला आणायचं त्यांना धैर्य नव्हतं. कारण या गावात त्यांची धर्मपत्नी होती. नातेवाईक होते. पाप करायला धैर्य लागतं, ते त्यांच्याजवळ नव्हतं." 'धर्मपत्नी' या शब्दावर जोर देत देशपांडे वकील म्हणाले.

"ठीक आहे. या गावात नसेल. पण इतर तरी कुठे समाजात, समारंभात त्यांनी तुम्हाला बरोबर नेलं होतं का?"

"न... नाही. ते घरी आले की, मुलाच्या कौतुकातून बाहेरच्या जगात जाण्याची गरजच नसे." जयानं सांगितलं, "आम्ही आमच्या घरात आनंदात राहत होतो."

"बाहेर नेतील कसे? रखेलीच्या माडीवर जाणारा चोरूनच जात असतो. त्याचं प्रदर्शन कसा करेल? आणि हे न समजण्याइतक्या भोळ्या तुम्ही खास नव्हत्या."

त्यांच्या रखेली या शब्दावर जयाच्या वकिलांनी – शेळकेंनी आक्षेप घेतला. त्यावर देशपांडे वकिलांनी जयाला आणखी एक प्रश्न विचारला.

"तुमचं लग्न झालं असं तुम्ही सांगता. त्याच वर्षी राजघराण्यात आणखी एक लग्नसमारंभ झाला होता. त्या लग्नसमारंभात धर्मपत्नी म्हणून श्रीमती कांचनमाला शिर्केसाहेबांच्या बरोबर वावरत होत्या. तुम्ही गेला होता?"

"नाही. मी गेले नाही. आईसाहेब म्हणाल्या की, तिथे माझा अपमान करतील. एरवी त्यांनी मला चलण्याचा आग्रह धरला होता."

"जयादेवी, तुम्ही कधी मैफलीत गाइलात?"

"नाही."

"मग हा फोटो पाहा. तुमचाच आहे ना? गळ्यातलं मंगळसूत्र स्पष्ट दिसतं आहे. समोर महाराज अजयसिंह बसले आहेत." त्यांच्या हाती फोटो देत वकील म्हणाले.

भरल्या डोळ्यांनी जयानं फोटो हाती धरला. एका गोड नात्याचा, गोड हट्टाचा – असा कधी पुरावा होईल असं तिला वाटलं नव्हतं.

"फोटो तुमचाच आहे ना?"

"हो."

"म्हणजे मैफल झाली होती. घरंदाज स्त्रिया परपुरुषासमोर गात नसतात हाती तानपुरा घेऊन... त्यातून तुम्ही शिर्केंच्या पत्नी म्हणवता."

"पण महाराज अजयसिंह त्यांचे मित्र होते. हे गाणं पूर्ण घरगुती मामला होता. महाराजांचा आग्रह होता."

"तसा आग्रह महाराजांनी कांचनमालांना केला असता तर त्यांनी तो मानला असता?"

जया खाली मान घालून उभी राहिली.

"माय लॉर्ड, त्यापेक्षाही मी इथे सादर करतो आहे शिर्केसाहेबांचं मृत्युपत्र. ते मृत्युपत्र अस्सल आहे. त्यावरच्या तारखा, डॉक्टर, वकिलांच्या सह्या सर्व आपण पाहाव्यात. शिर्केसाहेबांनी कितीही जयादेवींना सांगितलं असलं, तरी त्यांना खरं पत्नीपद कधीच दिलं नव्हतं ते स्पष्ट करणारा हा भरघोस पुरावा आहे. दॅट्स इट माय लॉर्ड –" देशपांडे वकिलांनी मृत्युपत्र न्यायाधीशांच्या समोर ठेवलं. सारं कोर्ट शांत झालं होतं.

"मृत्युपत्र जर होतं तर ते यापूर्वीच का दाखवलं गेलं नाही?"

"कारण एकच. जेवढे खोटे पुरावे आरोपी आणेल तेवढे हवेच होते. त्यासाठी हा शेवटचा घाव राखून ठेवला होता."

न्यायाधीशांनी मृत्युपत्र स्वत:च्या ताब्यात घेतलं. कोर्टाची वेळ संपली. आता पंधरा दिवसांनी तारीख होती.

मृत्युपत्र!

काय असेल त्यात?

आणि त्यांनी केलेलं मृत्युपत्र आपल्याला ठाऊक नसावं?

असं काय असेल त्यात की, आपण पराभूत होणार आहोत? ज्यामुळे सारा खटला उलटणार आहे?

शेवटी प्रेम, निष्ठा, त्याग, समर्पण सारे फसवे शब्दच असतात का?

की, माझ्यासारख्या स्त्रियांना अडकवायचं ते एक जाळं असतं?

सीतेलासुद्धा अग्निपरीक्षा द्यावी लागली.

पण त्या चटक्यापेक्षाही माणसांच्या जिभेचे चटके जास्त जाळतात.

मनाचा दाह अधिक असतो.

■

या विचारांत हरवून जया पाटावर बसून होती. हात जपमाळेवर फिरत होते. डोळ्यांतल्या वाहत्या आसवांना खळ नव्हता. सखूबाई पाठीमागे येऊन कधी उभी राहिली हेही तिला समजलं नाही.

"वैनीसाब, काय हे? तुम्ही असा धीर सोडलासा, तर आम्ही काय करावं? चला पाहू. चहा केलाय. आपल्या बागेत टेबल लावलंय. चला."

तिला हाताला धरून सखूबाई उठवत होती.

"सखूबाई, काय होईल गं? आजवर मी झगडले, कांचनमालांचा पराभव करणं, माझी प्रतिष्ठा परत मिळवणं हेच मनाशी धरलं. पण आज एक दारुण सत्यानं फणा वर काढलाय. एका खोट्या स्वप्नाची शोकांतिका समोर उभी आहे. काय होणार?"

त्यांचं बोलणं सखूबाईला समजत नव्हतं, पण रडणाऱ्या जयाला जवळ घेऊन ती देवघरात बसून राहिली. मनातून ती देवाला साकडं घालत होती. नवस बोलत होती.

■

गेले दोन दिवस जयाच्या मनात आठवणींचे मोहोळ उठले होते.

तो खाकी कागदाचा लिफाफा – ते मृत्युपत्र – ते सादर करताना वकिलांच्या चेहऱ्यावरचा विजयी भाव. कांचनमालांच्या चेहऱ्यावरचे कुत्सित हास्य. सारं आठवून त्यांच्या मनावर प्रचंड ओझं यायचं. मधूनच मानसिंगांचे शब्द आठवायचे –

"जया, मी तुझा अपराधी आहे. तू मला माफ करशील ना?"

त्या शब्दांचा अर्थ आज समजू लागला होता. एरवी मानसिंग असं बोलू लागले की, जया त्यांना बोलूच द्यायची नाही.

"जया, तू माझ्या जीवनात नसतीस तर माझा स्वत:वरचा विश्वासच उडाला असता. तू प्रेम दिलंस. घर दिलंस. माझ्यासाठी स्वत:ला विकून घेतलंस. पण... पण... मी फार अपराधी आहे."

त्यांच्या या बोलण्याचा उलगडा व्हायच्या आतच मानसिंग अचानक गेले होते. जयाला शेवटच्या दिवशी तळ्याच्या काठावर बसून बोललेले शब्द आठवायचे.

माफी? कसली माफी मागत होते?

कसला ताण मनावर आला असेल?

काय सांगायचं होतं त्यांना?

एक ना अनेक प्रश्न समोर फिरत असायचे. मन मागे मागे जायचं.

अचानक छोटी जया... ते घर... आई... मामा सारं आठवायचं.

पंधरा दिवस... पंधरा दिवसांनी सारं नष्ट होणार होतं. निकाल लागणार होता. या पंधरा दिवसांत सारं जीवन समोरून फिरणार होतं. मनानं ती बालपणात रेंगाळत होती –

जिथून जीवनाची सुरुवात झाली होती तिथे,

जीवन-पहाट उगवली होती

समज आली होती
तो बालपणीचा रम्य, मुग्ध काळ आठवत होता....
त्या आठवणीत जया गुंतली होती

■

आज सकाळपासूनच छोट्या जयाची गडबड सुरू होती. पहाटेच्या गुलाबी थंडीनं ती जागी झाली. अंगावरची दुलई बाजूला सारून ती उठून बसली. हात जोडून, डोळे मिटून तिनं देवाचं स्मरण केलं. आज आपण लवकर का उठलो याची आठवण होताच, ती खुदकन हसली. आज गंडाबंधनाचा समारंभ होता. खाँसाहेब आजपासून तिला गाणं शिकवणार होते. आई ज्या तंबोऱ्यावर गात असे तो तंबोरा आज तिच्या हाती येणार होता. त्या डौलदार तंबोऱ्याचा मोह तिला कधीपासूनचा होता. जेव्हा ती खूप लहान होती, तेव्हा आई तिला त्या तानपुऱ्याजवळ येऊ देत नव्हती. थोडी समज आली तेव्हा ती आईचं गाणं ऐकू लागली. गाण्यापेक्षा तबला वाजवताना माना हलवणारे अदमसाब, सारंगीचा नाजूक सूर काढणारे इसाकमियाँ, सिंहाच्या आयाळीसारखे दाढी राखलेले खाँसाहेब. या साऱ्यांचीच तिला गंमत वाटे आणि खेळण्याचं विसरून ती तासन्तास बैठकीवर बसून राही. तिची एकाग्रता बघून खाँसाहेब कौतुकानं म्हणत,

"बेटी गाने में रस लेती है । जरूर ये बडी गायिका बनेगी । क्यूँ बिटीयारानी? सीखोगी ना?"

त्यावर छोटी जया खारीच्या गतीनं पळून जाई ती थेट परसदारी, तिच्या छोट्या बगिच्यात. ती लहानशी जागा म्हणजे तिचं विश्व होतं. ते घर विकत घेतलं तेव्हाच त्या घराभोवती मोठमोठी झाडं होती. त्या झाडांचाच मोह तिच्या बालमनाला होता. मागचं फाटक उघडून बाहेर पडलं की, जी छोटी पाऊलवाट हिरव्या गवतातून जाई ती थेट तळ्यावर. पहिल्या दिवशी ते कमळांनी भरलेलं तळं बघून हर्षोद्गारच निघाला होता तिच्या तोंडातून. दगडी पायऱ्या चारी बाजूंनी बांधल्यापासून त्या तळ्याला बंदिस्तपणा आला होता. चौफेर मोठी झाडं होती. त्यामुळे तळ्याच्या सभोवती नेहमीच गारवा असे. तळ्याच्या उजव्या बाजूला लहानसं राममंदिर होतं. त्या घरात राहायला आल्यानंतर पहिल्या दिवशीच, आई व मामांचे बोट धरून जया त्या मंदिरात गेली होती. राम, सीता, लक्ष्मण यांच्या सुबक संगमरवरी मूर्ती बघून अभावितपणानं जयानं हात जोडले होते.

"दादा, आज आपलं घर झालं. त्या घराचं रक्षण करणारे प्रभू रामचंद्र पाठीशी आहेत. आता एकच इच्छा उरली आहे. माझ्या जयाला रामासारखा पती मिळू दे.

माझ्या अशुभ जीवनाच्या सावलीतून निघून माझी लेक पतिव्रतेचं लेणं लेवू दे!'' सद्‌गदित होऊन जयाच्या आई बोलत होत्या.

त्या दिवसापासून त्या तळ्याचं, झाडांचं, प्रभू रामचंद्राचं वेड जयाला लागलं होतं. वेळ मिळेल तेव्हा तासन्‌तास त्या तळ्याच्या पायरीवर ती बसून राही. तळ्याच्या पाण्यात पडलेली झाडांची प्रतिबिंबं, एखाद्या मासोळीनं सुळकी मारली की, उठणारे तरंग, हलके-हलके पायरीवर आपटणाऱ्या पाण्याच्या लहरी... सारं बघून तिचं इवलंसं मन भरून जाई. मंदिराच्या समोरच पारिजातकाचं झाड आपल्या वैभवानं नटलेलं असे. तर मागच्या बाजूचा बकूळवृक्ष नेहमीच खालच्या जमिनीवर फुलांची पखरण पसरत असे. जांभळीच्या झाडावरून उड्या मारणारी माकडं किंवा तळ्याच्या शेवाळ्यात फेंगडे पाय पसरून पडलेला बेडूक पाहणं, तिच्या सरावाचं होतं.

आतासुद्धा जयाला बकूळवृक्ष आठवला. ती चटकन उठली. फुलं गोळा करून माळा करायच्या होत्या. तंबोऱ्याला त्या माळांनी सजवायचं असं तिनं केव्हाचं ठरवलं होतं. शिवाय रामचंद्राला, गुरुजींना पण माळा हव्यात. आणि रोजचा केसात माळण्याचा गजरा? तोही हवाच! तिच्या मैत्रिणी येणार होत्या मदतीला. पण आल्याच नाहीत तर?

जया चटकन उठली. फुलांची परडी घेऊन मागच्या अंगणात गेली. बकुळीचा सडा पडला होता. चटचट फुलं गोळा करून ती परडीत भरत होती. इतक्यात तिच्या मैत्रिणी आल्या. सर्वांनी मिळून लांबलचक फुलांचे गजरे केले. तेवढ्यात राममंदिराचे पुजारी आले.

''आज सकाळीच उठून इथे कुठे जमलात बायांनो?'' नाकातून हेल काढत गेंगाण्या आवाजात भटजींनी विचारलं.

''गुरुजी, आजपासून जया गाणं शिकणार आहे.'' सरला म्हणाली.

''गाणं? होय गं बायांनो; ती गाणंच शिकणार. कोकिळेचं पोर सुरात गाणारच.''

''तसं नाही काही. ती शाळा पण शिकणार आहे.'' ठसक्यात नंदिनी म्हणाली.

''म्हणजे एका बाणाला तीन पाती असणार तर! रूप आहे, गळा आहे आणि शिक्षण. कुणाचा टिकाव लागणार बायांनो या शस्त्रापुढे?'' म्हणत भटजी तळ्यातून कळशी भरून मंदिरात गेले.

''कधी चांगलं म्हणून बोलणार नाही मेला!'' हसीना म्हणाली.

''वडीलमंडळींना असं बोलू नये!'' जया म्हणाली, ''चला, आपण घरी जाऊ!''

चौघी मैत्रिणी हातात हात घालून पायवाटेनं घराकडे परतल्या. त्यांची मनं उत्सुकतेनं भरून गेली होती.

■

संध्याकाळची वेळ होती. दिवाणखान्यात शुभ्र बिछायत अंथरली होती. भिंतीशी लोड-तक्के स्वच्छ पांढऱ्या कपड्यांनी सजवले होते. मध्यभागी एका पोमीवर मखमली गालिचा अंथरूण खास बैठकीवर तानपुरा ठेवला होता. त्यामागचं सरस्वतीचं चित्र हार घालून ठेवलं होतं. कोपऱ्यातल्या बैठ्या टेबलावर चांदीचं पानदान, अत्तरदाणी, गुलाबदाणी ठेवलेली होती. एका चांदीच्या वक्राकार तबकात गुलाल आणि हळद-कुंकू ठेवलं होतं. चांदीच्या कटोऱ्यात गूळ व चणे ठेवले होते. साऱ्या दिवाणखान्यात धूपाचा मंद वास दरवळत होता.

आतल्या खोलीत शामाबाई जयाचे केस विंचरून त्यावर बकुळीचे गजरे माळत होत्या. जरीच्या मोठ्या काठाचा परकर-पोलका घातलेली जया आईसमोर बसली होती. तिच्या हातात मोत्याची कांकणं होती. कानात मोत्याचे डूल लोंबत होते. कपाळावर मोत्याची बिंदी रुळत होती. त्याखाली लावलेली चंद्रकोर जयाला शोभून दिसत होती. जयाकडे शामाबाई कौतुकानं बघत होत्या. त्यांच्या मैत्रिणी पुतळाबाई व चंदाबाई तिथेच कोपऱ्यात पान लावत बसल्या होत्या.

"तू काही म्हण शामा. तुझी पोर नाव कमावणार. लाखात उठून दिसणारं रूप आणि आवाज यांवर दुनिया हलवून टाकेल." पुतळाबाई म्हणाल्या.

"तीच काळजी वाटतेय गं!" उसासा सोडून शामाबाई म्हणाल्या. देवानं ही रूपगुणाची खाण माझ्या फाटक्या झोळीत का टाकावी? या पोरीचं काय होणार पुढे? कशी जपू हिला?"

"तुझा स्वभावच अनोखा आहे शामा. इतकी उजळ पोर पदरात असताना चिंता कसली करतेस? उलट तुझं नशीब उजळून टाकणारं रत्न पदरात आहे तुझ्या, याबद्दल देवाचे आभार मान. नाहीतर आम्ही बघ. पोरगे पदरात आलेत. खायला भार; डोकीला कार." चंदाबाई म्हणाल्या.

"तेच मला नको आहे. माझं किंवा तुमचं नशीब या पोरीच्या वाट्याला येऊ नये. तिचं लग्न करणार आहे मी. गरिबी असू दे. पण लग्न करून तिनं संसार मांडायला पाहिजे. गरतीसारखं जगायला मिळू दे तिला."

"ऐकावं ते नवलच!" पचदिशी पिंकदाणीत थुंकत चंदाबाई म्हणाल्या, "शामा, अगं आपल्या पोरींची कधी लग्नं झालेली ऐकलीस? लग्न लागताना कूळ, शील, जात, गोत बघतात. कोण गळ्यात घेणार आहे आपलं खानदान? आणि लगीनच लावायचं तर मग हे गाणं तरी का शिकवतेस?"

"गाणं ही कला आहे. पोरीला उपजतच गोड गळा दिलाय. देवाचं देणं म्हणून जोपासायचं. कला सर्वांसाठी खुली असते. जातीचा शिक्का थोडाच आहे तिला?"

शामाबाईच्या बोलण्यावर दोघींनी माना डोलवल्या. पण मनातून त्यांना ते पटलेलं नव्हतं. अस्सल रत्न पदरात असूनही शामाला कोणतं दुःख छळतंय, हे

त्यांना समजत नव्हतं.

"आक्का, खाँसाब आलेत." शामाबाईचे भाऊ दारात येत म्हणाले.

"चला!"

साऱ्या जणी दिवाणखान्यात आल्या. देवीजवळ समया पेटवल्या. उदबत्त्या जळत होत्या.

खाँसाहेबांना नमस्कार करून जया त्यांच्या शेजारी बसली. तिच्या कपाळावर गुलालाचं बोट टेकवून खाँसाहेबांनी तिच्या हातात गंडा बांधला. कटोऱ्यातले चणे व गूळ जयाच्या तोंडात घालत खाँसाहेब म्हणाले,

"पोरी, गाणं ही साधना आहे. कठीण आहे. आधी चणे खावे लागतात. तेव्हाच गळ्यात सूर तयार होतात. मनापासून शीक. बेटा, इमानदारीनं रियाज कर."

तिच्या हाती तानपुरा देत खाँसाहेबांनी सूर लावला. मोठ्या विश्वासानं जयानं तो सूर उचलला.

"व्वाऽ हऽ व्वा! व्वाऽ हऽ व्वा!"

निमंत्रितांनी दिवाणखाना भरला होता. साऱ्यांच्या नजरा जयाच्या मुग्ध चेहऱ्यावर लागल्या होत्या.

खाँसाहेब जयाला भूप रागाचे आरोह-अवरोह सांगत होते.

नमन प्रथम करी श्री गुरुचरणा
जोई-जोई धावत...
सब फल पावत
जनन मरण सुख सब निस्तरणा

जया विश्वासानं ते बोल उचलत होती. त्यानंतर खाँसाहेब गात होते –

पूँछो ना कैसे मैंने रैन बितायी...

सारा दिवाणखाना त्या सुरात भिजून गेला होता. ते सूर जया कानात साठवून घेत होती.

■

त्या दिवसापासून जयाचं विश्वच बदलून गेलं होतं. सारी सकाळ ती आपल्या आवडत्या बागेत, तळ्याकाठी, राममंदिरात आणि अभ्यासात घालवी. संध्याकाळी

साऱ्या मैत्रिणी तिच्यावर रुसून निघून जात. कारण रोज लपंडाव, आंधळी कोशिंबीर खेळणारी जया आता तानपुरा आणि त्यावर छेडलेल्या तानांमध्ये हरवून जात असे. खाँसाहेब मेहनत घेऊन तिला शिकवत. जया पण त्यात रंगून गेली होती.

"जया, आता तू पार बदललीस हं!" एके दिवशी शाळेत जाताना हसीना म्हणाली.

"तर काय! पूर्वीसारखी खेळायला येत नाहीस. फुलांचे गजरे नाहीत की बोलत नाहीस." सरलाने री ओढली.

"कुठून मेला त्या खाँसाहेबांचा गंडा बांधला आणि आमची जयू दुरावली." नंदा रागानं म्हणाली.

"अगं, रागवू नका गडे अशा. मी तरी काय करू? संध्याकाळीच ते येतात. मग रियाज नको करायला? आई म्हणते, हेच वय असतं गळा घडवायचं."

"पण परत असलं बालपण येणार आहे का? आता या हसीनाची सगाई झालीय. लगेच लग्न करणार तिचे अब्बाजान. मग परत कधी भेटणार आपण? सांग ना!"

"आणि बरं का जया, माझा दादा सांगत होता. त्याच्या कॉलेजमधले दोस्त तुझ्या येण्या-जाण्याच्या वाटेवर उभे असतात तुला बघायला. मी म्हणाले दादाला, असं मला बघत उभे राहिले तर चालेल तुला? तर दादा म्हणतो, 'तू काय शामाबाईची पोर आहेस? बघायच्या पोरी वेगळ्या असतात.' त्या दिवसापासून मी दादाशी बोलत नाही."

चौघी जणी बाजारपेठेतून निघाल्या होत्या. बाजारपेठ ओलांडली की शाळा लागे. दुकानाच्या फळीवर काही माणसं उभी होती. शिट्या आणि खाकरण्याचा आवाज आला. त्या दिशेकडे हसीनानं रागानं बघितलं.

"डोळे फुटले मेल्यांचे! माझे अब्बाजान असते, तर एकेकाचे डोळे काढून हातावर ठेवले असते. उद्या त्यांना घेऊनच येते येताना."

जयानं हसीनाचा हात घट्ट धरला. आणि रस्त्यावरची नजर न हलवता ती चालू लागली. शाळेचं मैदान लागलं, तेव्हा तिनं हसीनाचा हात सोडला.

"हसीना, माझी शपथ आहे. तुझ्या अब्बाजानना काही सांगू नको. आपण लक्ष द्यायचं नाही, म्हणजे झालं."

"मग तुझ्या बाबांना तरी सांग जया. मला या मवाल्यांची भीती वाटते." नंदा भोळेपणानं म्हणाली.

त्यावर सरलानं तिला कोपरानं डिवचलं. जयानं पाहिलं. खिन्नपणे हसून ती म्हणाली,

"माझा प्रभू राम आहे ना! तो जपेल मला."

"राम! 'अहा!! म्हणे राम!! असा बायकांना जपणारा तो असता, तर गर्भार

सीतामाईला त्यानं वनात सोडलं नसतं. काल बाई गोष्ट सांगत होत्या ना जया, तेव्हा मला रामाचा फार राग आला.'' हसीना म्हणाली.

''असं म्हणू नये गं! तो कर्तव्यानं बांधला होता ना! आधी राजा. मग पती.''

''वा, वा! आधी लग्न झालं मग राजा झाला. चौदा वर्षं वनात सोबत कोण होतं? सीतामाई की त्याची प्रजा? म्हणे कर्तव्य! मला तुमचा राम मुळीच आवडत नाही.'' हसीना म्हणाली.

त्या दिवशी जयाचं वर्गात लक्षच लागत नव्हतं.

मनात रामायण उभं होतं.

दूर कुठेतरी आसावरीचे सूर रेंगाळत होते.

■

कालच सर्व जिल्ह्यांतील आंतरशालेय गायन स्पर्धांचा निकाल लागला होता. निकाल जाहीर होताच हसीना, सरू, नंदा धावत आल्या होत्या. जया खाँसाहेबांच्या समोर रिजाय करीत होती.

''हा दाढीवाला आहेच इथे. आता जया कुठे भेटणार?'' सुरेखा पुटपुटली.

खाँसाहेबांनी त्या तिघींना जवळ बोलावलं.

''खाँसाहेब, आज सुट्टी द्याल ना?''

''सुट्टी? कशासाठी बेटा?''

''साऱ्या जिल्ह्यात जया पहिली आली, आपकी दुवा से।'' हसीनाच्या नाटकी बोलण्यानं जयाला हसू फुटत होतं. ते ऐकूनही खाँसाहेब शांतच होते. यातून सुटका केली, जयाच्या आईनं.

''खाँसाब, आज जाऊ द्या जयाला मैत्रिणींसोबत.''

लेकीच्या यशानं त्या सुखावल्या होत्या. तेवढा इशारा मिळताच चौघी मैत्रिणी हातात हात घालून सरळ मागच्या तळ्याच्या काठावर गेल्या. तिथल्या पायरीवर बसून पाण्यात पाय बुडवत त्या चौघी शांत बसून राहिल्या.

''जयू, आज शाळेत का आली नाहीस गं?''

जयाच्या मनातल्या रामायणानं तिला बेचैन केलं होतं. ती गप्पच होती.

''आज साऱ्या शाळेत केवढी धमाल उडाली होती. हेडसर तुला शोधत वर्गात आले. सारा वर्ग त्या निकालानं दणाणून गेला होता. आणि तू नेमकी गैरहजर. बरं झालं. ती आठवीतली नेत्रा खूप भाव खात होती. आता गाणं म्हण म्हणावं.''

''आणि जया, उद्या बक्षीससमारंभ आहे हं! जिल्ह्याचे कलेक्टर आणि कोण बरं? केवढं मोठं नाव? काय गं?''

"सर मानसिंग राजेशिर्के." सरलानं सांगितलं.

"हं! तेच सर मानसिंगराजे शिर्के येणार आहेत बक्षीस द्यायला. बाईंनी चार वाजताच तुला यायला सांगितलंय. हं आणि ते गाणं पण तिथे म्हणायचं आहे तुला! जयू, किती आनंद झाला म्हणून सांगू... अगंऽऽ बोल ना!"

"सरू, तुमच्यासारख्या सख्या आहेत म्हणून मी आहे. माझं कौतुक करणारं असं कोण आहे गं?" सरलाच्या गळ्यात हात टाकत जया म्हणाली. तिचे डोळे पाण्यानं भरले होते.

"ए वेडाबाई आणि कधी सखा भेटेल... तेव्हा? मग आम्हाला कोण विचारणार बाई? आता हसीना बघ ना, सारखं काही ना काही कारण काढून रफिकमियाँचं नाव घेते."

यावर चौघी खळखळून हसल्या आणि त्याच वेळी त्यांच्या कानावर बंदुकीच्या बाराचा आवाज आला. चौघीही दचकल्या. त्यांनी समोर बघितलं. तळ्याच्या पलीकडच्या काठावर, मोठ्या जांभळीच्या झाडावरून दोन पाखरं जमिनीवर तडफडत पडली होती. जया तळ्याच्या पायऱ्यांवरून धावत सुटली. पाठोपाठ सरू, नंदा, हसीना धावत होत्या. जया पोहोचली तोवर पाखरांनी माना टाकल्या होत्या. त्यांची इवलीशी छाती रक्तानं भरून गेली होती. हीच ती इवलीशी जोडी होती, जी सकाळ-संध्याकाळ जयाचं लक्ष वेधून घेई. राममंदिरातून झाडून टाकलेले तांदळाचे दाणे तुरुतुरु टिपत असे. अशी अनेक पाखरं त्या झाडीत विसावलेली होती.

जयानं ते पाखरू हातात घेतलं. तिचे डोळे पाण्यानं भरले होते.

"सरू, बघ गं कसं निपचित पडलंय. कुणी मारलं असेल याला?" जयानं आवतीभोवती पाहिलं.

"हात झडोत मेल्याचे!" हसीना नेहमीप्रमाणे पुटपुटली.

"...बाईसाहेब, आणा ते पाखरू. ती माझी शिकार आहे."

एक पंचविशीतला तरुण राममंदिरामागून अधिऱ्या पावलांनी येत होता. अंगावर खाकी ब्रिचेस, खाकी शर्ट, डोकीवर हॅट, खांद्यावर बंदूक अशा त्या तरुणाला बघून जया अवाक् झाली. त्याच्या बुटांचा जवळ येणारा आवाज ती ऐकत होती. क्षणात तिचा संताप उफाळून आला.

"ही आपली शिकार? इतका शौक आहे तर मग मोठ्या जंगलात जा. धाडस असेल तर वाघ, सिंह, रानटी जनावरांची शिकार करून बघा. या निष्पाप पाखरांना मारण्यात पराक्रम कसला! तेसुद्धा मंदिराच्या परिसरात?... क्रूर, दुष्ट, रानटी!"

संतापानं जयाला बोलता येईना. भावनातिरेकानं तिचा ऊर धपापत होता. डोळे भरून आले होते. त्या अचानक हल्ल्यानं तो तरुण दचकला. हे अनपेक्षित होतं! स्वतःला सावरून तो म्हणाला –

"ओहो! माझ्या बारानं कुणी सुंदर पाखरू असं घायाळ होणार हे माहीत असतं तर, हा गुन्हा मी केला नसता. गुस्ताखी मुआफ!" नाटकी रीतीनं झुकून तो म्हणाला.

"या परिसरात शिरण्याचं धाडस कसं केलंत? या मंदिराच्या आवारात आजवर कुणी शिकार केली नव्हती."

जया मातीत कललेल्या पाखरांजवळ बसली. खाली बसलेली ती तरुणी, तिच्या काळ्याभोर केसांतून सरळ गेलेली भांगाची रेषा, उंच मान, अंगावरच्या गुलाबी पातळाशी स्पर्धा करणारा गुलाबी गौरवर्ण, पाखरांवरून फिरणारे ते गौर हात. भान हरपून तो तरुण त्या वनराईत अचानक समोर आलेलं ते लावण्य बघत होता.

"इथे सुरेख पाखरं राहतात हे आजवर मला कुठे माहीत होतं? माफ करा. यानंतर मी कधी पाखरांना मारणार नाही. आजवर मी बार केल्यावर मेलेलंच पाखरू बघत होतो. पण बार न लागताच असं कुणी घायाळ होतं, हे मी आजच बघतोय."

ते बोलणं ऐकताच जया चटकन उठली. क्षणभर तिचे टपोरे डोळे त्याच्या नजरेशी भिडले. त्याच्याकडे पाठ फिरवून ती घराकडे निघाली! तिच्यामागून हसीना, सरू, नंदा. सरूच्या मनात काय आलं कोण जाणे. जयाकडे मंत्रमुग्ध होऊन बघणाऱ्या त्या तरुणासमोर ती गेली, हात ओवाळत म्हणाली,

"अहो शिकारी, परत इथे येऊ नका. आमची जया म्हणजे काय वाटलं? तिला असं पाखरू-बिखरू म्हणू नका, समजलं?"

"पण तुमच्या या जयाबाई आहेत तरी कोण?"

"कोण म्हणजे? इतकंही ठाऊक नाही? शामाबाई नाव ऐकलंय काय? जया त्यांची मुलगी. समजलं?" सरू म्हणाली.

"समजलं!" त्याच्या नजरेत हसू खेळत होतं.

सरूनं मानेला झटका दिला आणि त्या तरुणाकडे पाठ वळवून तरतरा चालत ती आपल्या मैत्रिणींच्या नजीक आली. संतापानं ती पुटपुटली,

"चांगलं झाडलं मेल्याला. परत यायचा नाही या हद्दीत."

जया काहीच बोलली नाही.

त्या रात्री जया अंथरुणावर पडली तरी, संध्याकाळचा तो प्रसंग तिच्या डोळ्यांसमोरून हलत नव्हता. मनात बागेश्री झंकारत होती –

'सखी मन लागे ना...'

■

सकाळी जया जागी झाली. आठ वाजले होते. इतक्या उशीर झोपलो

आपण? राममंदिरात जाऊन फुलं कधी वेचणार? राममंदिर आठवताच तिला कालचा प्रसंग आठवला.

'इथे इतकी नाजूक पाखरं राहतात हे आजवर मला कुठे माहीत होतं?'

'बार न लागताच असं कुणी घायाळ होतं, हे मी प्रथमच बघतोय.'

'हं! घायाळ म्हणे! रानटी कुठला.'

जया उठून माजघरात आली. मोठ्यानं बोलल्याचा आवाज बाहेर येत होता. जयानं डोकावून पाहिलं. चंदामावशी, पुतळामावशी, दत्तीमावशी या आईच्या साऱ्या मैत्रिणी आल्या होत्या. इतक्या सकाळी हा फेरा का आला असेल? तोंड धुऊन जया माजघरात आली. तिनं तिघींना वाकून नमस्कार केला. समोर वर्तमानपत्र होतं. त्यात पहिल्या पानावर जयाचा फोटो आणि संध्याकाळच्या बक्षीस-समारंभाचं जाहीर आमंत्रण होतं. तिच्या कानशिलाभोवती हात फिरवून कडाकडा बोटं मोडत पुतळाबाई म्हणाल्या, "चांगलं नाव मिळवलंस पोरी. सगळ्या बामणांच्या पोरींत नंबर काढलास. कोकिळेची पोर गळा घेऊनच जन्मणार."

"सगळा जलम तंबोरा घेऊन गाइलो. पण कधी पेपरात नाव आलं नाही. नाव घ्यायला लाजणारी जात या पुरुषांची. तू मात्र आमची मान ताठ केलीस." चंदाबाई ममतेनं तिच्या पाठीवर हात फिरवत होत्या.

"आम्ही चौघी एकाच वारगीच्या. आमच्या पदरात गोटे आले. त्या पोरांना ना कुणाचा धाक, ना शिक्षण. कशी शिकतील? आया रोज शेज सजवून पेज घालतात. पोरं उंडरतात गावभर."

दत्तीबाई तोंडातलं पान पचदिशी पिकदाणीत थुंकून म्हणाल्या.

"शामे, आता जरा शहाण्यासारखी वाग. हातात अस्सल हिरा आहे. त्याला पैलू पाड. गाणं शिकव. पोर देखणी आहे. कुणीतरी राजा, नबाब सहज बाळगेल."

"जया, तू जा पाहू. पूजेची तयारी कर."

शामाबाईंनी जयाला आत पाठवलं. ती जाताच शामाबाई म्हणाली, "बायांनो, पोरीसमोर असलं काही बोलू नका. हात जोडते तुम्हाला. नबाब, सरदार बाळगेल; उपयोग संपला की, फेकून देईल. मग दुसरा दरवाजा हुडकायचा. आपलं काय झालं? आहे कुणी म्हातारपणी जपणारं? मी पोरीचं लगीन करणार. न झालं तर मी तिला शिकवणार. पण या रस्त्यापासून दूर ठेवणार. पोर वयात आलीय. लांडग्यासारख्या जिभा व नजरा सभोवती जळजळत फिरताहेत, पोरीवर घारीसारखी नजर ठेवून बसलेय. या वेगळ्या वाटेवरून चालताना मला साथ द्या गं. माझ्या बालमैत्रिणी ना तुम्ही?"

"शामा, म्हातारपणानं डोकं फिरलंय तुझं. माझं ऐक. आज सरदार शिर्केंचा पोरगा येणार आहे बक्षीस द्यायला. पोरीला ठसठशीत दागिने चढव. झुळझुळीत कपडे घाल. रात्री तो आपसूक दारात येईल. सरदार शिर्के या कर्यातीचा राजाच आहे.

केवढं वैभव. जमीनजायदाद!''

''बस्स कर चंदा. माझा रस्ता वैराण आहे. समजतंय मला. पण मी, माझी पोर जळून गेली तरी चालेल. प्रभू रामचंद्र माझ्या पोरीला जपेल.'' शामाबाई निश्चयानं म्हणाल्या. त्यांच्या नजरेसमोर अग्निपरीक्षेत वेढलेली सीता उभी होती. त्या लाल तांबड्या ज्वाला त्यांना घेरून टाकीत होत्या.

दुपारी समारंभाला निघणाऱ्या जयाचे केस शामाबाई विंचरत होत्या.

''जयू, कोणती साडी नेसणार आहेस?''

''आई, तो काय लग्नसमारंभ आहे, का नटून जायला? मी ती पांढरी कलकत्ता साडीच नेसणार आहे. डोकीत मात्र बकुळीचा गजरा माळ हं! वेणीत गजरा नसला तर मला चैन पडत नाही. माझं झाड आता फुलांनी कसं भरून गेलंय ते बघितलंस ना? लावलं तेव्हा केवढं होतं गं? आठवतं? ए आई, बोल ना?''

शामाबाईंनी तिच्या लांबसडक वेणीवर बकुळीच्या फुलांचा गजरा माळून कपाळावर छोटी चंद्रकोर रेखली. समाधानानं तिचा निरागस चेहरा हातात धरून त्या म्हणाल्या, ''अशीच राहा पोरी. खोट्या अलंकारानं स्त्रीचं रूप कधीच समजत नसतं. हे साधं रूप, गुण हेच खरे अलंकार.''

हसीना-सरूच्या सोबत शाळेत जाणाऱ्या जयाकडे बघताना शामाबाईंच्या मनाचा कोसळता बांध नजरेतून पाझरत होता. अभावितपणे त्यांनी प्रभू रामचंद्राला हात जोडले.

यापुढे काय होणार हे त्यांना तरी कुठे माहीत होतं?

■

जयानं शाळेच्या मैदानात उभ्या केलेल्या भव्य मंडपात प्रवेश केला. सारा मंडप मुलींनी, निमंत्रितांनी भरून गेला होता. दाराशीच सारे शिक्षक उभे होते.

''ये जया, ये! किती उशीर केलास? पाहुणे यायची वेळ झालीय. जा पाहू, पहिल्या रांगेतल्या पहिल्या खुर्चीवर बैस. नाहीतर नेहमीसारखी मागे राहशील.'' बाई म्हणाल्या.

जयानं मंडपात प्रवेश केला. सर्व मुलींनी टाळ्यांच्या गजरात तिचं स्वागत केलं. पहिल्या रांगेतल्या पहिल्या खुर्चीवर जया संकोचानं बसली. तिच्या शेजारी हसीना, सरू, नंदा बसल्या. समोरचं स्टेज मखमली पडद्यानं झाकलं होतं. त्यावर शेवंतीचे मोठाले हार रुळत होते. धूपाचा मंद वास दरवळत होता. जया संकोचानं बसली होती.

''सरू, मला भीती वाटते गं!''

एवढ्यात बाहेर बिगुल, लेझीमचा आवाज ऐकू आला. पाहुणे प्रवेशद्वाराशी आले होते. दोन खुर्च्यांच्या रांगांमधून हेडमास्तर व इतर मंडळी पाहुण्यांना घेऊन येत होती. साऱ्या मुली उभ्या राहिल्या. स्टेजच्या एका कडेला पायऱ्या होत्या. पाहुणे पायऱ्या चढत होते. पडदा हळूहळू बाजूला सरत होता. पाहुणे व्यासपीठावरील खुर्च्यांवर बसले. तसा मंडपात टाळ्यांचा गजर झाला. पाहुणे व्यासपीठावर बसत असता जयानं व्यासपीठाकडे पाहिलं. शाळेचे अध्यक्ष साळोखे, जेधे, इतर पदाधिकारी आपापल्या खुर्च्यांवर बसले होते. मधल्या अगदी खास खुर्चीवर कलेक्टर आणि शेजारच्या खुर्चीवर... जया दचकली हो! तोच होता! हे? हे मानसिंगराजे शिर्के?

कालचा शिकारी?

ज्याची आपण रानटी, दुष्ट वगैरे शब्दांनी संभावना केली.

आता त्याच्या हातून बक्षीस घ्यायचं?

त्यापेक्षा आपण इथून पळून जावं.

पण जाणार कसं?

जयाच्या हाता-पायांना कंप सुटला होता. छातीचे ठोके तिलाच ऐकू येत होते. तिच्या हाताला कोपरानं डिवचून हसीना म्हणाली,

''जयू, समोर बघितलंस? अगं, कालचा शिकारी!''

जयानं मान वर करून समोर बघितलं. त्याची हसरी नजर तिच्यावरच खिळली होती. पांढरा सूट, त्यावर टाय, डोकीला पांढरी फरची टोपी. कालच्यापेक्षा केवढा रुबाबदार दिसत होता. जयाची खुर्ची अगदी त्याच्या समोरच आली होती. चुकवीन म्हटलं तरी त्याची नजरभेट चुकत नव्हती. स्वागतगीत, भाषणं, अहवाल तिला काहीच ऐकू येत नव्हतं. आणि हेडमास्तरांनी जाहीर केलं –

''या वर्षी आमच्या शाळेची उत्कृष्ट विद्यार्थिनी म्हणून कु. जयनंदा शिरोडकर हिची निवड झाली आहे. अभ्यास, खेळ, कला, वक्तृत्व, लेखन आणि वागणूक यांचा गेल्या सहा वर्षांचा आढावा घेऊनच आम्ही शेवटच्या वर्षी अशा एका गुणी मुलीचा गौरव करतो. कु. जयनंदा पाचवीपासून ते मॅट्रिकपर्यंत या सर्व कसोट्यांना उतरली आहे. एक आदर्श विद्यार्थिनी आणि आमच्या विद्यालयाची शालीन कन्या म्हणून सर्वांनी एकमुखानं तिची निवड केली आहे, हा मॅट्रिकच्या वर्गाचा निरोप समारंभसुद्धा आजच साजरा होत आहे. जाता-जाता कु. जयनंदानं विद्यालयाला एक मानाचा तुरा दिला आहे. जिल्हा पातळीवर आंतरशालेय गायन स्पर्धा घेतल्या जातात; त्यामध्ये कु. जयनंदा पहिली आली आहे. ते पारितोषिक मा. कलेक्टरसाहेब यांच्या हातून जयनंदानं स्वीकारायचं आहे व उत्कृष्ट विद्यार्थिनीचं गौरवचिन्ह मा. मानसिंगराजे शिर्के यांच्या हस्ते जयनंदानं स्वीकारायचं आहे. सर्व विद्यार्थिनींना माझ्या शुभेच्छा मी या प्रसंगी देतो. ज्या गीतानं जयनंदाला पारितोषिक मिळालं, ते

गीत तिनं इथे गाऊन दाखवल्यानंतर या गोड समारंभाची सांगता होणार आहे.''

टाळ्यांच्या कडकडाटात जया उठली. पायऱ्या चढून व्यासपीठावर गेली. तोवर तिच्या कपाळावर घाम डवरला होता. पहिलं पारितोषिक रौप्य-करंडक होता. तो तिनं कलेक्टरांच्या हस्ते स्वीकारला. उत्कृष्ट विद्यार्थिनीचं मानचिन्ह मानसिंगांच्या हस्ते दिलं गेलं. त्याच क्षणी सर्व बाजूंनी फोटोंचे फ्लॅश उडत होते. पारितोषिक घेऊन बाजूच्या एका खुर्चीवर जया बसली. टाळ्यांच्या कडकडाटात मानसिंग बोलायला उभे राहिले.

जयाकडे नजर टाकून ते म्हणाले, ''आमच्या शिर्के घराण्यानं कलेचा सन्मान नेहमीच केला आहे. आपल्या विद्यालयातील गुणी कलावंत विद्यार्थिनी कु. जयनंदासाठी एक भेट आम्ही आणली आहे. तिचा त्यांनी स्वीकार करावा.''

ती चांदीची सरस्वतीची मूर्ती होती. टाळ्यांच्या कडकडाटात जया पुन्हा उठली. बक्षिसावरचा रंगीत कागद सोडवत असतानाच जयाच्या कानावर शब्द आले,

''सुंदर पाखरू गाणारंही असतं हे मला माहीत नव्हतं; नाहीतर काल गुन्हा घडला नसता.''

जयानं बावरून वर पाहिलं. टाळ्यांच्या आवाजात बक्षीस घेताना ते शब्द तिलाच ऐकू जातील, असेच उच्चारले होते. नजरेतलं आर्जव तिला समजत होतं. जया माइकसमोर उभी राहिली. मन एकाग्र करून तिनं आकार लावला. जीव ओतून ती गात होती –

''मैं कैसे आऊँ बालमाऽऽ''

सारी सभा त्या भिजल्या सुरांना दाद देत होती.

■

सकाळी आठचा सुमार होता. सोनेरी उन्हानं शिर्केमहाल झगमगत होता. रामपूर हे संस्थान होतं. छोटंसं असलं तरी सर्व आधुनिक वास्तूंनी ते शहर सजलेलं होतं. शाळा, कॉलेज, दवाखाने, न्यायालय, गावची शोभा वाढवणाऱ्या बागा, शहरामध्ये राजघराण्यातील मान्यवर व्यक्तींचे पुतळे, कारंजे, कमानी यांनी छोटं रामपूर एक सुंदर शहर म्हणून ओळखलं जात होतं. गावच्या मध्यावर राजघराण्याची कुलदेवता तुळजाभवानी हिचं प्रसिद्ध देवालय होतं. शहराच्या पश्चिम दिशेला पुष्पकुंड या सरोवरालगतचा लहान राजवाडा, त्याची बाग ही शहराची शान वाढवीत होती. उन्हाळ्यात सारा राजपरिवार या सरोवरालगतच्या वाड्यात येऊन राहत असे. एरवी संपूर्ण वर्ष नवीनच बांधलेल्या दिमाखदार नव्या वाड्यात महाराज अजयसिंह राहत असत. तो राजवाडा म्हणजे नमुनेदार अशा शिल्पकला वस्तूंचं प्रदर्शनच होतं.

राजवाड्यालगतच्या प्रशस्त उपवनात हरणं, चितळं, मोर, शहामृग, बदकं वगैरे वन्य पक्षी-प्राणी मुक्त संचार करीत असत. शिकारखान्यात वाघ, सिंह अधूनमधून डरकाळ्या फोडत असत. नवीन राजवाडा व त्याच्या परिसरात खास सरदारांच्या हवेल्या होत्या. त्यांच्या वास्तव्यानं त्या सर्वच भागाला एक खानदानी अदब प्राप्त झाली होती. प्रत्येक सरदाराची हवेली हा एक स्वतंत्र भाग बनला होता. हुजरे, सेवक, कारकून, दिवाणजी, दासी, आचारी, पाणके सर्वांची दबकत्या पावलांनी ये-जा सुरू असे. त्यातल्या त्यात शिर्केमहाल ही एक खास वास्तू होती. सर्व सरदारांमध्ये राजे अजयसिंह यांची व मानसिंगराजे शिर्के यांची बालपणापासून मैत्री होती. पाचगणीच्या शाळेत ते एकत्र शिकले होते. सुटीत जाणं-येणंही एकत्र होई. त्यातून नुकतेच अजयसिंह रामपूरचे राजे बनले होते. तेव्हापासून राजे अजयसिंह व मानसिंगराजे यांची मैत्री अधिकच गहिरी बनली होती. सल्लामसलती, शिकार, गाणं किंवा रामपूरचं एखादं काम होत असताना ते दोघं एकत्रच असत. राजा व सरदार हे वरवरचं नातं होतं. पण मनातून होता तो खरा स्नेहभाव; हे सर्व सरदारमंडळी जाणून होती. विशेषत: इंग्रजांचं राज्य जाऊन आता काँग्रेसचं राज्य सुरू झालं होतं. संस्थानांच्या विलीनीकरणाचा प्रश्न आज ना उद्या समोर येणार होता. अशा वेळी अस्वस्थ मन:स्थितीतल्या अजयसिंह महाराजांचा मानसिंगांवर अधिक विश्वास होता. ते त्यांचा सल्ला अधिक मोलाचा मानत. याच कारणानं मानसिंग हा इतर सरदारांच्या डोळ्यांत सलणारा एक काटा बनला होता. पण अजयसिंह महाराजांच्या व मानसिंगांच्या दृढ स्नेहामुळे ते काहीच करू शकत नव्हते.

मानसिंगांची हवेली राजवाड्याच्या अगदी जवळच होती. 'शिर्केमहाल' असं नाव महाराजांनी कौतुकानं त्या हवेलीला दिलं होतं.

तो शिर्केमहाल सोनेरी किरणांनी जागा होत होता. सेवक आपापल्या कामाला लागले होते. देवघरात पूजा सुरू होती. आईसाहेब बाजूच्या पाटावर बसून जपमाळ ओढत होत्या. नुकतंच स्नान झालं होतं. भटजी मंत्र पुटपुटत देवांची पूजा करीत होते. जोतिबा, रेणुका, तुळजाभवानी, विठ्ठल-रखुमाई आणि अनेक देवांचे चांदीचे टाक, लाल-पांढरी फुलं व चंदन लावून पूजले होते. संगमरवरी देवघरात चांदीच्या मोठ्या समया शांतपणे तेवत होत्या. शेवटची आरती सुरू झाली.

'घालीन लोटांगण; वंदीन चरण...'

धूपाचा, कापराचा, उदबत्तीचा वास देवघरात भरून राहिला होता. मासाहेबांनी डोळे मिटले होते. पूजा संपताच भटजींनी तीर्थप्रसाद दिला. तो घेऊन त्या देवघरातून बाहेर आल्या. पन्नास वर्षांचं वय असेल. पण फार लहान वयात सर्व जबाबदारी अंगावर पडल्यानं, स्वभाव प्रौढ व विचारी बनला होता. वैधव्यदशा तरुण वयातच आल्यानंतर त्यांनी संसारातून मन काढून घेण्यास सुरुवात केली होती. अलीकडे त्या

जास्तीत जास्त वेळ पूजा आणि वाचन यात घालवीत. इतर सरदार स्त्रियांप्रमाणे पत्ते, साड्या खरेदी अगर इतरांच्या उलाढाली करणं, त्यांना कधीच मानवलं नव्हतं. तशात घरात आता एकुलती एक सून आली होती. गेल्या वर्षीच मानसिंगांचं ग्वाल्हेरचे सरदार पवार यांच्या मुलीबरोबर – कांचनमालेबरोबर मोठ्या थाटात लग्न झालं होतं. सर्व दृष्टींनी आईसाहेब आता संसारातून मुक्त झाल्या होत्या. समाधानी होत्या. ते समाधान त्यांच्या चेहऱ्यावर नेहमी पसरलेलं दिसे.

देवघराबाहेरच तुकाराम उभा होता. आचारी, सेवक, हुजऱ्या, निरोप्या अशी सर्व कामं तो एकटा निभावून नेत असे. त्यानं मासाहेबांना शाल दिली. ती पांघरून घेऊन त्या जेवणघरात आल्या. काळ्या शिसवी लाकडाचं वाटोळं टेबल, त्याला शोभणाऱ्या नक्षीदार खुर्च्या, टेबलावर शुभ्र चादर, मधोमध गुलाबाच्या गेंददार फुलांनी सजलेली फुलदाणी, चहाचा सरंजाम, सर्व काही तुकारामानं व्यवस्थित मांडून ठेवलं होतं.

"फुलं बगा जी. लई भर आलाय गुलाबाला," कपात चहा ओतत तुकाराम म्हणाला. "आमची बाग समद्या हवेल्यामंदी एक नंबरची बाग हाय. शेजारच्या हवेलीतल्या बाईसाहेब सारख्या इचारीत असत्यात माळीमामाला. खत कोणचं घालता, कटिंग कवा करता, पन आमी बधतोय व्हय त्यास्नी?"

तुकाराम बोलतच राहिला असता. पण त्याच्या लगेच लक्षात आलं की, मालकिणींचं लक्ष आपल्या बोलण्याकडे नाही. त्या वर्तमानपत्रातला मजकूर वाचत होत्या. तुकारामनं बारीक नजरेनं समोरची तीन-चार वर्तमानपत्रं बघितली. त्याला वाचता येत नव्हतं. पण त्यानं पहिल्या पानावरचे मानसिंगांचे फोटो बघितले, मासाहेब ते बघून आनंदल्या आहेत हे त्यानं जाणलं. लगेच तो म्हणाला,

"तर जी! सांगायचं इसरलोच जी! आता पेपर आणायला गेलो व्हतो न्हवं, समद्या जागी सरकारांचं फोटो. समद्या हवेलीतनं तीच चर्चा सुरू हाय. लई नाव कमावलं सरकारांनी."

"तुका." मान वर न करताच आईसाहेब म्हणाल्या,

"हे बघ, या भागात कुणी वर्तमानपत्र वाचत नाही. कुणी लवकर उठत नाही. कुणाला कुणाचं चांगलं बघवत नाही. तू जा पाहू. अरे, हे बघता-बघताच काळ्याचे पांढरे झाले. जा. न्याहरीची तयारी कर. आता मानसिंग उठतील. सूनबाई उठल्यात का बघ."

आपली बडबड वाया गेली हे बघून, 'व्हय जी' म्हणत मुकाट्यानं तुकाराम स्वयंपाकघराकडे वळला.

मासाहेब वर्तमानपत्र वाचत होत्या. प्रत्येक वर्तमानपत्रात मानसिंगांचे कुणा जयनंदा शिरोडकरला बक्षीस देतानाचे फोटो ठळकपणे छापले होते. किती रुबाबदार

दिसत होता मानसिंग! आणि बक्षीस घेणारी ही मुलगी? तिच्या चेहऱ्यावरचे लाजरे, शालीन भाव फोटोत स्पष्ट उमटले होते. दिसायला मुलगी रूपवान होती.

आईसाहेब चश्मा लावून फोटो पाहण्यात गुंग झाल्या असतानाच, त्यांच्या सूनबाई कांचनमाला जिना उतरून खाली आल्या. त्यांनी आईसाहेबांना वाकून नमस्कार केला.

"कांचन, बेटा पाहिलंस? मानूच्या फोटोंनी सारी वर्तमानपत्रं भरून गेलीत. बघ तरी." त्या म्हणाल्या.

"काल रात्रीपासून बघतेच आहे." तुटकपणे त्या म्हणाल्या, "रात्रभर त्या बयेचं टेप केलेलं गाणं ऐकत होते. आपल्याच नादात. मी खोलीत आहे त्याचं पण भान नव्हतं. कुठली कोण दीड-दमडीची पोर आणि कौतुक केवढं!"

"पोरी, कलेसाठी वेडं होणाऱ्यांचं घर आहे हे. त्याचे वडील असेच होते, गाण्यात हरवणारे, कलावंतांना जपणारे."

"आमच्याही घराण्यानं कलेची कदर केलीय. पण कदर करायला अस्सल कलावंत पाहिजे. असलमखान, बंदेखाँसाब, नगिनाबाई सारे भारतभर गाजलेले कलावंत आमच्या हवेलीत हजेरी लावत असत. त्यांची खिदमत आमचे आबासाहेब तेवढ्याच तोलामोलानं करत. या भिकारड्या गावानं मोठे कलावंत पाहिलेच नाहीत. म्हणून तर रात्रभर या बक्षीस मिळवलेल्या पोरीचं कौतुक करीत होते."

"कांचन, ती पोर पण एक दिवस मोठी कलावंत होईल. एकदम कुणी मोठं बनत नसतं, कलावंत तो कलावंत. मग तो मोठा, हा लहान हा भेद उरतच नाही! खरा रसिक कलेला दाद देत असतो."

"कलेला की कलावतीला?" जया व मानसिंगांच्या फोटोकडे बघत कांचनमाला छद्मीपणे म्हणाल्या.

आईसाहेबांनी चमकून सुनेकडे बघितलं. त्या नजरेत जळजळीत अंगार पेटले होते. गेले कित्येक दिवस त्या कांचनमालांना बघत होत्या. त्यांच्या स्वभावातला अहंकार, गर्व, संताप त्यांना हळूहळू जाणवू लागला होता. या मुलीनं स्वत:ची हवेली, जहागीर यापलीकडचं जग बघितलंच नव्हतं. स्वत:चं घराणं, वडिलांचा अभिमान, माहेरची श्रीमंती यातच ती गुंतली आहे, हे मासाहेबांच्या लक्षात आलं होतं. रामपूर ग्वाल्हेरच्या मानानं भिकारडं गाव आहे आणि इथे जन्म घालवणं शिक्षेचाच एक भाग आहे, असं त्या बोलून दाखवत. दिवसेंदिवस मानसिंग अबोल बनू लागला होता. कधी जहागिरीची व्यवस्था बघण्याचं निमित्त काढून, तर कधी शिकार, कँपचा बहाणा करून तो बाहेरच राहतो आहे, हे पण मासाहेबांच्या लक्षात येऊ लागलं होतं. मनात अशुभाची पाल डोकावत होती. या श्रीमंत मुलीची निवड करून आपण चुकलो तर नाही ना, असं अलीकडे त्यांना

सारखं वाटत होतं.

उसनं हसत त्या म्हणाल्या, "कांचन, या अवस्थेतल्या स्त्रीनं शांत असावं. चांगले विचार करावेत. पोटातल्या बाळावर परिणाम होतो. आता सहावा महिना लागलाय. आनंदात राहा!"

"आनंद? पाचव्या महिन्यात ते भिकारडं डोहाळजेवण केलंत. तेव्हाच माझा आनंद संपला. माझ्या माहेरचे लोक कुचेष्टेनं हसले. माझ्या मासाहेब माझ्या काळजीनं रडत इथून निघून गेल्या. मी आता ग्वाल्हेरला जाणार ती लवकर परत येणारच नाही. माझं बाळ इतमामानं वाढेल, ते ग्वाल्हेरच्या हवेलीत. इथे काय होणार त्याचं? या रामपुरामध्ये माझा जीव नुसता गुदमरून गेलाय."

"हा विचार शिर्केमहालात येण्याआधी करायला हवा होता." करड्या आवाजात जिन्यावर उभे असलेले मानसिंग म्हणाले, "माहेरची श्रीमंती माहेरातच ठेवून सासरचा उंबरठा ओलांडायचा असतो, हे कुणीच तुम्हाला शिकवलं नाही. आता तुम्ही रामपूरमध्ये आहात, याचं भान कधी विसरू नका. निदान आईसाहेबांच्या समोर तरी!"

"भान मी विसरले नाही. आपण विसरला आहात. कालपासून ते एकच गाणं माझ्या कानापाशी वाजत आहे. रात्रभर धड झोपसुद्धा आली नाही. एवढं वेड लागलंय त्या गाण्याचं!" कांचनमाला तिथून निघून जात म्हणाल्या.

"आपल्याला दिवस आणि रात्र सारखीच आहे. झोपण्याखेरीज काम आहे कुठे दुसरं? आपण आतासुद्धा झोपू शकता. कलेचा आनंद घ्यायलादेखील भाग्य लागतं."

"ज्या दिवशी रामपुरात आले त्याच दिवशी माझ्या नशिबाचा कौल लागलाय!" संतापानं जिना चढत कांचनमाला म्हणाल्या.

मानसिंग खुर्चीवर बसले. दोन्ही हातांनी त्यांनी डोकं गच्च दाबून धरलं होतं. मान खाली घातली होती. काय बोलावं ते आईसाहेबांना सुचत नव्हतं.

"तुका, चहा आण रे!"

चहाचा ट्रे टेबलावर ठेवताना चाणाक्ष नजरेनं तुकाराम मानसिंगांकडे बघत होता. काय घडणार आहे, याचा अंदाज घेत होता. चहा कपात ओतून तो म्हणाला,

"च्या जी! गरम-गरम च्या घेवा. डोस्कं थांबल."

मानसिंगांनी मान वर केली. टेबलावरच्या वर्तमानपत्रांवर त्यांची नजर गेली. ठळक मजकूर व ठळक आकारातल्या फोटोकडे त्यांचं लक्ष गेलं. नजरेत हासू उमटलं.

"कसा झाला कालचा कार्यक्रम? काल तू उशिरा आलास. पण वर्तमानपत्रातून मी सर्व वाचलं. खरंच चांगली गाते का रे ही मुलगी?"

"मा, काय आवाज आहे म्हणून सांगू! इतक्या मैफली आम्ही ऐकल्या आजवर. पण हा दर्द, हा गोडवा कोणत्याच ठिकाणी आढळला नाही.''

"अस्सं! अजून नवीन आहे ती. मेहनतीनं शिकेल तर खरंच मोठी कलाकार बनेल. पण या मुलींचं आयुष्यच वेगळं असतं. उद्या लग्न झालं आणि या कलेला वाव मिळाला नाहीतर हा आवाज आतल्या आतच सुकून जाणार. पोरीची जात.''

"तोच विचार करतोय मी मा. या आवाजात दुनिया हटवण्याची ताकद आहे, पण आपण म्हणता तसं झालं तर दुर्दैवानं हा आवाज... हे सूर असेच विरून जातील, चार भिंतीत गुदमरून.'' समोर बघत मानसिंग म्हणाले.

"पण... पण ही कुणाची मुलगी? दिसायला रूपवान आहे. शालीन आहे. आपण चौकशी करू.''

"जयनंदा शिरोडकर. कुणा शामाबाईची मुलगी, इतकंच ठाऊक आहे. जाऊ दे मा. सर्वांचाच विचार आपण कुठवर करणार आहोत? एक रसीला सूर आम्हाला सापडलाय. पण तो पकडण्याची कुवत निदान आज तरी आमची नाही.''

"कुणाची मुलगी म्हणालास? शामाबाई शिरोडकरांची?''

"का? आपण ओळखता?''

"नाही – नाव कुठेतरी ऐकलंयसं वाटतं.'' मासाहेब गडबडीनं म्हणाल्या, "पण ते गाणं तरी ऐकव. ज्या सुरांना इतकी दाद मिळतेय तो सूर तरी ऐकू दे.''

"तुकाऽ'' मानसिंगांनी आवाज दिला. त्यासरशी पडद्याआड उभे राहून संभाषण ऐकणारे सारे नोकर पळाले. तुकाराम आत आला. म्हणाला, "जी!''

"तुका, खोलीत जाऊन टेप आण.''

"टेप?'' आईसाहेबांनी न समजून विचारलं.

"हो. महाराजांनी परदेशातून टेपरेकॉर्डर आणून दिला. त्याचा वापर काल करून बघितला. अगदी हुबेहूब गाणं ऐकू येतं.'' मानसिंग म्हणाले.

"अस्सं?''

"तुकाकडे वळून मानसिंग म्हणाले, "जा. माझ्या खोलीत टेपरेकॉर्डर आहे. घेऊन ये.''

"आणतो जी.'' तुकाराम जिना चढत म्हणाला.

खोलीत कांचनमाला पलंगावर आडव्या पडल्या होत्या. तुकाकडे त्यांची पाठ होती. तरी तो म्हणाला, "वैनीसाबजी, टेप नेतोय जी.''

तुकारामनं आणलेला टेप मानसिंगांनी सुरू केला.

'मैं कैसे आऊँ बालमा
एक तो नेहा झमाझम चमके

दुजे पवन झकोरी रे
मैं कैसे आऊँ बालमा...

सुरातली व्यथा काळजाला भिडत होती. डोळे मिटून गाणं ऐकणाऱ्या मानसिंगांच्या समोर जयाची अनेक रूपं उभी होती. सोज्ज्वळ, आर्जवी, मृदू स्त्रीचं जे रूप त्यांना अपेक्षित होतं, ते सारं त्या सुरांतून अवचित सामोरं आलं होतं.

ते सूर ऐकता-ऐकता मासाहेब पण हरवून गेल्या होत्या. हाच सूर, हेच गीत त्यांना परिचित होतं! मन खूप दूर आठवणीत हरवलं होतं.

नवीनच लग्न झालेली एक नववधू, अंगावरचा नवा कोरा शालू, दागिने यांचा भार सावरत याच शिर्क्यांच्या घरात आली होती. लग्नानिमित्त खासे मंडळींसाठी गाणं ठेवलं होतं. सरकारांच्या शेजारी बावरलेली नववधू बसली होती. समोरच्या शुभ्र बिछायतीवर एक गोड, कोवळ्या आवाजाची मुलगी तानपुरा घेऊन गात होती. हाच आवाज, हेच गीत. ते गीत ऐकताना नकळत त्या नववधूची नजर वर झाली! सरकारांची नजर आपल्या लाजऱ्या नववधूवर खिळली होती. ती पहिली नजरभेट. गाण्यातून जुळणारे नव्या जीवनाचे सूर. ते गाणं, तो आवाज, ती शामा, तो क्षण... सारं आठवून मासाहेब व्याकूळल्या होत्या.

अभावितपणे त्यांनी मानसिंगांच्या हातावर हात ठेवला. चमकून मानसिंगांनी मासाहेबांकडे पाहिलं.

"काय झालं मा? काय झालं?" त्यांच्याकडे जात मानसिंग म्हणाले.

"काही नाही रे. उगीचच जुन्या आठवणींनी मन हळवं झालं." डोळे पुसत त्या म्हणाल्या.

मानसिंग त्यांच्या पांढऱ्या केसांवरून मायेनं हात फिरवत होते. टेप चालूच होता –

'मैं कैसे आऊँ बालमाऽ'

त्या सुरांनी शिर्केमहाल भरून गेला होता.

संतापानं फुललेल्या कांचनमाला जिन्यावर उभ्या होत्या.

सुरांत हरवलेल्या मायलेकरांना त्याचं भान उरलं नव्हतं.

■

संध्याकाळची वेळ होती. जया आतुरतेनं खाँसाहेबांची वाट बघत होती. कालपासून ती कौतुकात नाहात होती. रात्री घरी आल्यावर आईनं मीठ-मोहऱ्यांनी तिची दृष्ट काढली होती. कधी न हसणारे मामा काल कौतुकानं हसले होते. बक्षिसं

सावरत पाया पडणाऱ्या जयाला त्यांनी पोटाशी धरलं होतं. समारंभ संपल्यावर साऱ्या मैत्रिणींनी तिला वेढून टाकलं होतं. स्वत: हेडमास्तर व सारे मातब्बर जयाला पोहोचवायला घरी आले होते. त्या घोळक्यातून येणारी जया हिरकणीसारखी चमकत होती. सर्वांनी जयाचं खूप-खूप कौतुक केलं होतं, वर्तमानपत्रांतून ठळक पानावर जयाचे जे फोटो आले होते, ते नुसते जयाचेच नव्हेतर मानसिंगराजे शिर्के यांचेसुद्धा. जयानं आपल्या खोलीत वर्तमानपत्र नेऊन किती वेळा तरी ते फोटो पाहिले. चांदीची मूर्ती हातात धरून कितीदा न्याहाळली होती. आतासुद्धा दिवाणखान्यातल्या टेबलावर ती मूर्ती दिमाखानं उभी होती. ती मूर्ती पाहत बसलेल्या जयाला मानसिंगांची अनेक रूपं आठवत होती.

"दादा, आज खाँसाब आले नाहीत?" शामाबाईंनी भावाला विचारलं.

"तेच तर समजत नाही." मामा खिडकीतून पाहत होते.

जया दरवाजात गेली व रस्ता न्याहाळू लागली. खाँसाहेब नेहमीच्या धिम्या पावलांनी येत होते. चालताना ते नेहमी तंद्रीतच असत. जयाला हसू आलं. गडबडीनं तिनं तंबोऱ्याची गवसणी काढली. तबले नीट मांडून ठेवले. चांदीची मूर्ती, पदकं त्यांना आल्याबरोबर दिसावीत, अशा रीतीनं टेबल समोर ओढूनच ठेवलं. तिची लगबग बघून शामाबाईंनी विचारलं –

"आले?"

तोंडावर बोट ठेवून जयानं आईला बोलू नको, असं खुणावलं. ती शांतपणे तंबोरा छेडू लागली. त्या सुरांनी दिवाणखाना भरून गेला. तोवर खाँसाहेब आत आले. दारात ठेवलेल्या घंगाळातल्या पाण्यानं त्यांनी पाय धुतले. तिथेच टांगलेल्या टॉवेलानं पाय पुसून ते बैठकीवर बसले. जयाकडे, तानपुऱ्याकडे, बक्षिसांकडे ते बघत होते. जयाला हसू फुटत होतं.

"क्यूँ, जया बेटी! आज खुशीत आहेस ना?"

"हाँ, खाँसाब! ही बक्षिसं बघितलीत? केवढे लोक आले होते! वर्तमानपत्रं पाहिलीत? केवढे फोटो आलेत, पहिला नंबर आलाय म्हटलं आमचा."

"मालूम है बेटी! सुना है! लेकिन बेटी, सर्व ऐकतो आहे. बघतो आहे. त्याचा आनंद मला जरूर आहे. पण बेटा, यशाची पहिली लाट येते ना, तीमधून शिताफीनं बाहेर निघणं हेच खरं कसब आहे." खाँसाहेब गंभीरपणे बोलत होते. जयाचा चेहरा गोरामोरा झाला होता. खाँसाहेब बोलत होते –

"पुष्कळ कलावंत या मान-सन्मानाला भुलतात आणि आपली कला विसरतात. त्यांना सवय लागते या कौतुकाची, स्तुतीची. आणि ज्या कलेनं त्यांना हे सर्व दिलं ना, त्या कलेलाच ते विसरतात! पण एक ना एक दिवस हा फुगा फुटतो. कारण साधना नसेल तर कला प्रसन्न होतच नसते."

ते ऐकत असता जयाच्या टपोऱ्या डोळ्यांतून अश्रू वाहायला लागले. खाँसाहेब म्हणाले,

"जयू तुला आनंद झालाय, त्यापेक्षा मला अधिक आनंद झाला आहे; पण संगीत ही साधना आहे. तिला मेहनत लागते. तपश्चर्या लागते. लोखंडाचे चणे पचवावे लागतात तेव्हाच आवाजात धार येते. सुरांना सौंदर्याचं लेणं चढतं." जया खाली मान घालून ऐकत होती. तिला जवळ घेत हसून खाँसाहेब म्हणाले,

"रुसलीस ना? अजून लहान आहेस तू. म्हणूनच या यशाची भीती वाटते. हे बघ बेटा, मी तुझ्यासाठी काय आणलंय!" त्यांच्या हातात गुलाबाचं टपोरं फूल होतं. जयाचे डोळे पुसत खाँसाहेबांनी ते फूल तिच्या हाती दिलं. जया खुदकन हसली.

"माझ्यासारखा कलावंत यापेक्षा तुला दुसरं काय देणार?"

त्याच वेळी दारातून हसीना, सरू आणि नंदा येताना दिसली.

"हे पाहा चिडियाँघर येतंय." खाँसाहेब हसून म्हणाले, त्यांना बघून सरू हळूच म्हणाली,

"आता गं हसीना! जया तर सिंहाच्या तावडीत अडकलीय. आता काय करायचं?"

"सलाम अलेकुम खाँसाब!" हसीना नाटकी सुरात म्हणाली.

"हां-हां! मालूम आहे मला. सब मालूम है. आज सुटी पाहिजे ना?"

खळखळून हसत खाँसाहेब म्हणाले. त्यांचं हसू संपायच्या आत त्या चौघींनी राममंदिराचं तळं गाठलं होतं. नेहमीप्रमाणे त्या चौघी तळ्याच्या पायरीवर जाऊन बसल्या. सांज उतरत होती. पश्चिमेकडे तांबडा, शेंदरी रंग पसरला होता. मंद वाऱ्यानं तळ्यात तरंग उठत होते. पाखरांचा किलबिलाट उठत होता. सारी पाखरं झाडीत परतत होती. एखादं पाखरू पाण्यावरून सुरकांडी मारून घरट्याकडे झेपावत होतं.

"इथेच तर पाखरू घायाळ झालं होतं ना गं?" नंदा डोळे मिचकावत हसीनाला म्हणाली.

"होणारच की गं! शिकारी केवढा खुबसुरत आहे. नुसतं घायाळ नव्हे. आता तर ते तडफडतंय." हसीना म्हणाली.

"पण गडे, हे काही ठीक नाही झालं." सरू म्हणाली.

"काय ठीक झालं नाही?" जयानं चटकन विचारलं.

"जया, माझे बाबा सांगत होते की, त्या मानसिंगाचं लग्न झालंय."

"काय?" नंदा आणि हसीना किंचाळल्या.

जयाच्या हाता-पायांची थरथर तिलाच जाणवत होती. उसन्या अवसानानं ती

म्हणाली, "मग काय झालं? झालं असेल लग्न. आपल्याला काय करायचं त्याच्याशी?"

"जया, अगं इतका चांगला माणूस भेटला आणि तोसुद्धा लग्न झालेला! काय मेलं नशीब तरी?"

"आणि जया, तरीसुद्धा त्याचं मन जडलंय तुझ्यावर अल्ला की कसम। माझा अंदाज खोटा नाही ठरायचा." हसीना म्हणाली.

"वेड्या आहात झालं. अगं, जरा कुणी बोललं, स्तुती केली की, ते सर्व खरं मानायचं नसतं. शिवाय मला गाणं शिकायचं आहे. खाँसाहेबांची शिष्या म्हणून नाव कमवायचं आहे. आईला जपायला नको? असे शिकारी खूप भेटतील. म्हणून का आपण त्यांच्या मागे धावायचं असतं थोडंच? बरं झालं, त्याचं लग्न झालंय. चला." जया उठत म्हणाली.

चौघीही राममंदिरात गेल्या. नुकतीच सांजवात लावून भटजी चालले होते.

"आलात बायांनो! अगो, त्या रामाला झोपू द्या आता. उगीच रात्रीच्या वेळी तुमचे नवरे शोधायला कुठे फिरवताय त्याला?" गेंगाण्या सुरात भटजी बोललेच.

"शोधायला कशाला पाहिजे? दारात चालत येतील आपसूकच." सरू ठसक्यानं म्हणाली.

"अगो, दारात चालत येणारे वेगळे असतात. ते जयाच्या दारात येतील. लाइन लागेल बरं; लाइन!"

"आचरट मेला! एकदा तरी भटासारखं बोल म्हणावं." नंदा चिडून म्हणाली, "सदान्कदा कुचकट बोलतोय."

जया डोळे मिटून देवाला नमस्कार करत होती. डोळ्यात लपलेलं स्वप्न विरघळत होतं. पापण्यांच्या कडांवर आसू थबकले होते.

"जयाऽ" मैत्रिणीच्या हाकेनं ती भानावर आली.

"काही नाही गं! या सीतामाईला बघितलं की, रडूच येतं. बघ. केवढा वनवास सोसावा लागला नाही?"

"तिला पळवून नेणारा रावण तरी दुष्टच होता. पण रामानं किती दुष्टपणानं वागवलं. त्यापेक्षा वानरं बरी. म्हणे एकपत्नी! तिलाही सांभाळता आलं नाही." नंदाचा रामावरचा राग उफाळून आला.

"असं बोलू नये गं! चला, जाऊ या!"

■

साऱ्या जणी जयाच्या घरी आल्या, तर परकी दोन माणसं बैठकीवर बसली

होती. शामाबाई व मामा समोर बसले होते.

"उद्या पाच वाजता गाडी घेऊन येतो. आपण दोघी तयार असा. येऊ मग?"

नमस्कार करून ती मंडळी निघाली. जाता-जाता पगडी, कोट, धोतर असा पोशाख केलेला वृद्ध माणूस जयाकडे निरखून पाहत होता.

"आई, कुठे जायचं आहे आपल्याला? कोण होते ते लोक?"

"अगं, आपल्याला शिर्केमहालात बोलावलंय आईसाहेबांनी?"

"आणि आपण जायचं? शिर्केमहालात?"

"होय जया. खूप जुने ऋणानुबंध आहेत आपले त्यांच्याशी."

"मग आताच बरी त्यांना आठवण झाली?" जयाच्या आवाजातली धार ऐकून शामाबाईंनी दचकून तिच्याकडे पाहिलं.

"त्यांना आपला पत्ता ठाऊक नव्हता. तो तुझ्या गाण्यामुळे मिळाला. फार मोठ्या मनाच्या आहेत आईसाहेब." शामाबाई आठवणीत हरवल्या होत्या.

हसीना, नंदा, सरू यांना पोहोचवायला जया पुढच्या छोट्या अंगणातल्या फाटकापाशी आली. बाहेर शुभ्र चांदणं पसरलं होतं. समोरचा रस्ता निर्मनुष्य झाला होता.

"जया, सांभाळ गं. शिकारी जाळं विणतोय –"

"आईसाहेब हा नुसता बहाणा. आमंत्रण त्यांचंच आहे."

"मी म्हणाले ना? मासा चांगलाच अडकलाय. अब खुदा जाने क्या होगा आगे!" हसीनाला शायरी सुचत होती.

त्या गेल्या तरी जया त्या रिकाम्या वाटेकडे पाहत रेंगाळली होती.

खरंच काय होणार आहे?

त्या विचारानं तिचं मन व्याकूळलं होतं. मनातलं स्वप्नं केविलवाणं झालं होतं. तरी ते चांदण्यानं वेढून गेलं होतं.

■

कुणीच बोलत नव्हतं.

शामाबाई जयाच्या लांबसडक केसांची वेणी घालत होत्या. मधूनच जवळच्या वाटीतलं तेल केसांना लावीत होत्या. काळेभोर केस जयाच्या पाठीवर पसरले होते.

"आई!"

त्या हाकेनं शामाबाई भानावर आल्या.

"आई, आजवर तू कधीच आईसाहेबांच्या विषयी मला काहीच सांगितलं नाहीस. त्यांना आजच बरी आठवण यावी?"

"जयू, अनेक कडू-गोड आठवणी या मनात लपवून ठेवल्या आहेत. कधीतरी तुला सांगेन म्हणत होते. ज्या वेळी मी फार मोठ्या संकटात होते, तुला दोन घास खाऊ घालणं अशक्य होतं, त्या वेळी याच आईसाहेबांनी आपल्याला अन्न पुरवलं. माझं सारं बाळंतपण त्या माउलीनं निस्तरलं. इतकंच नाही तर, पुढे कित्येक वर्षं त्यांनी मला पोटगी पाठवली. ती मदत नसती तर... तर न जाणे तुझं काय झालं असतं!''

शामाबाईचे डोळे पाझरत होते. आईचं असं व्याकूळ रूप जया प्रथमच पाहत होती.

"आई, पण... तुमची ओळख कशी झाली?''

"अगं, ती मजाच आहे. थोरल्या सरकारांच्या लग्नात माझं गाणं ठरलं. ते माझं पहिलंच गाणं होतं. असेन मी तुझ्याच वयाची. या मानसिंगांच्या वडिलांना गाण्याचा फार शौक होता. आईसाहेब नव्या नवरीच्या रूपात सीतेसारख्या दिसत होत्या. त्या जोडीला बघून माझं भान हरपून गेलं. प्रत्येक मुलीला आपणही असंच कधीतरी वधूसारखं सजावं असं वाटत असतं. त्यांच्यासारखंच आपलं भाग्य कधी उजळेल या विचारांच्या भरात मी काय गाइले ते आज आठवत नाही. पण सर्वांनी फार कौतुक केलं. सोन्याचे तोडे, शालू देऊन माझा सन्मान केला. तेव्हापासून मी अनेक वेळा त्या वाड्यात गाइले. आईसाहेबांनी नेहमीच मला मायेनं वागवलं. कुणाही बाईनं विश्वासानं त्या घरी जावं असं ते घर आहे.''

"आई, एक विचारू?'' धीर करून जयानं विचारलं,

"आई, अनेकदा हा प्रश्न मनात आला. नागासारखा दंश माझ्या मनाला करून गेला. पण विचारायचं धाडस नव्हतं. मी आता मोठी झालेय. मला एकदा सांग आई, माझे वडील कोण होते?''

जयानं आवेगानं आईच्या कुशीत तोंड लपवलं. दोघींच्याही मनाचे बांध फुटले होते. थोड्या वेळानं स्वत:ला सावरून शामाबाई म्हणाल्या,

"सांगते जया. कधीतरी सांगायलाच हवं. आजच सांगते. म्हणजेच शिर्केमहालात जाताना तुझं मन स्वच्छ राहील. जयू, त्यांचं नाव मला विचारू नको. त्याची गरजही नाही. पण लक्षात ठेव तू एका खानदानी माणसाची मुलगी आहेस. कुळानं खानदानी पण कृतीनं सामान्य!''

"म्हणजे?''

"ऐक जया. सर्वसामान्य मुलीसारखीच संसाराची अनेक स्वप्नं माझ्या मनात होती. त्यांनी मला लग्नाचं वचन दिलं. अनेक स्वप्नं उभी केली. पण तुझी जबाबदारी घेण्याची वेळ आली तेव्हा हात झटकून मोकळे झाले. हे असं वर्तन फक्त खानदानाचा दिमाख बाळगणारेच करू शकतात. 'हे मूल माझंच कशावरून?' असं

सांगून त्यांनी तोंड काळं केलं. जयू, आपल्याला खानदानाचं कवच नाही. पण प्रभू रामचंद्राची शपथ, मला दुसऱ्या माणसाचं तोंड बघायचं नव्हतं. तुला मोठं करायचं होतं. पुरुष जातीची घृणा केली होती. जगणं असह्य झालं होतं. तुला सांगते, त्यानंतर मी फक्त तुझ्यासाठीच जगले. मला अनेक आमिषं दाखवली. पण मी त्यांच्या आधाराखेरीज जगले. कारण आईसाहेबांच्या मायेची सावली होती. म्हणून तर ताठ मानेनं जगले. आज मला त्या ऋणातून मुक्त व्हायचं आहे, त्यासाठीच आपण शिर्केमहालात निघालोय. तुझ्या आईचं पावित्र्य अभंग राखणाऱ्या त्या माउलीच्या पायावर तुला घालायचं आहे. तुला बघून त्यांना फार आनंद वाटेल. कौतुक वाटेल. असं निर्भेळ कौतुक करणारी माणसं फार थोडी भेटतात. आपण ती भेट चुकवू नये. चल!'' जयाच्या डोकीत जाईचा गजरा माळत त्या म्हणाल्या.

''आई, मी भलते प्रश्न विचारले म्हणून रागावली तर नाहीस ना?''

''नाही जया. उलट ते धाडस तू दाखवलंस याचा मला आनंदच आहे. कधी ना कधी तुला सत्य परिस्थिती समजायला हवी होती. पण एक गोष्ट सांगते; जया, जगण्याची लाज वाटावी, असं आपल्या आयुष्यात काहीच नाही.''

''लाज का वाटेल आई, तुझ्यासारखी आई असताना?'' जया आईच्या गळ्यात हात घालत म्हणाली.

''तेच सांगतेय मी. एकदा परिस्थिती समजली, मन स्वच्छ असलं की, कसं वागायचं, कुठे जायचं ते आपोआप समजतं. मन खचून जात नाही. म्हणून तर मी ताठ मानेनंच जगले.''

''आणि मी तर तुझीच मुलगी. खरं ना?''

''चल. आईसाहेब वाट बघत असतील.''

■

गाडी शिर्केमहालाच्या पोर्चमध्ये उभी राहिली. दारात आईसाहेब उभ्या होत्या. डोईवर पांढऱ्याशुभ्र साडीचा पदर होता. अंगावर पांढरीच शाल पांघरली होती. हात, गळा अलंकाराविना सुना होता. त्यांचं ते रिक्त रूप पाहून शामाबाई आतून गलबलून गेल्या. नववधूच्या रूपातल्या, सम्राज्ञीच्या रूपातल्या सुवासिनी हरवून आज हे विरक्त, सात्त्विक रूप समोर उभं होतं. शामाबाईंनी त्यांच्या पायावर मस्तक टेकलं. त्यांना उठवून आईसाहेबांनी त्यांना जवळ घेतलं. त्या मिठीत रडणाऱ्या शामाबाईंनी सोसलेल्या तापाचा दाह शांत होत होता. दोघींनी अश्रू आवरले. त्यांचा हात हातात घेऊन आईसाहेब हसून म्हणाल्या,

''शामा, अजूनी तशीच रडवीच आहेस की गं!''

दोघी हसल्या. आईसाहेबांचं लक्ष पायरीवरच अवघडून उभ्या असलेल्या जयाकडे गेलं. भान हरपून आईसाहेब ते रूप बघतच राहिल्या. फिकट अस्मानी रंगाच्या साडीचे गर्द निळे काठ नजरेत भरत होते. त्यापेक्षा जयाचं मोहक, निरागस खुललेलं रूप लोभसवाणं होतं. हातात दोन काचेच्या बांगड्या होत्या. लांबसडक वेणीवर जाईचा गजरा शोभत होता.

जयानं चटकन डोकीवर पदर घेतला. आईसाहेबांच्या पायावर माथा टेकवला. तिचे डोळे पाण्यानं भरले होते. आजवर असं स्नेहाचं रूप तिनं अनुभवलं नव्हतं. फक्त अवहेलना, कुचेष्टा वाट्याला आली होती. आज फुलांच्या सड्यांनी भरलेली वाट अचानक दिसली होती. काट्यांनी रक्तबंबाळ झालेलं मन सावरलं होतं.

''ही जया, माझी मुलगी. तुमचा आशीर्वाद –''

''अगं हो! मी वाचलंय या पोरीचं कौतुक. गाणं पण ऐकलं.''

''गाणं ऐकलं?''

''हो ना! मानसिंगांनी टेप करून आणलंय. कालपासून तेच ऐकतेय. काही म्हण शामा, तुझ्यापेक्षा तुझ्या पोरीचा आवाज गोड आहे. तू परिस्थितीला हरली नाहीस. पण या पोरीनं तुला हरवलं बघ.''

त्या कौतुकानं जया अवघडली होती.

''आणि काय गं, या पोरीला अशीच वाढवलीस? ना कानात, ना हातात बांगड्या. असं का?''

''काय सांगू पोरीचा हट्ट! ती सोनं म्हणून अंगावर घालत नाही. फक्त डोकीत पांढऱ्या फुलांची माळ मात्र दररोज हवी.'' शामाबाई तक्रारीच्या सुरात म्हणाल्या.

''अस्सं! मग फार सोपं झालं. मग आपण एखाद्या माळ्याशीच तिचं लग्न लावून देऊ. असा माळी की, जो या पोरीचं रूप, गुण फुलवेल!''

यावर सारेच हसले. जया मात्र लाजून तशीच उभी होती.

शामाबाई म्हणाल्या, ''तीच काळजी लागलीय जिवाला.''

''अगं, पण सारं बोलणं दारातच करणार? आत तरी चल.''

शामाबाईंचा हात धरून आईसाहेब त्यांना आतल्या दिवाणखान्यात नेत म्हणाल्या. सारे नोकर दाराआडून बघत होते. जयाला आपल्या शेजारी बसवून घेत आईसाहेबांनी आवाज दिला,

''तुकाऽऽ''

'जी, आलो' म्हणत तुका समोर आला.

''माडीवर जाऊन सूनबाईंना सांग, जया आली आहे म्हणून.''

'व्हय जी' म्हणत तुका जिना चढून गेला.

''आज मानसिंग नाही. त्याला कल्पनाच नाही तुम्ही येणार त्याची. काल या

पोरीचं गाणं ऐकलं. तुझी मुलगी आहे हे समजलं, तेव्हा तर मला धीर धरवेना. मी सकाळीच दिवाणजींना पाठवलं. पण काय गं शामा, एवढ्या वर्षांत तुला भेटावं असं वाटलंच नाही ना? शेवटी मीच शोधत आले.''

शामाबाई उत्तर देणार तोवर जिन्यावर पावलांचा आवाज आला. जोडव्यांचा टक्ऽऽ टक्ऽऽ असा आवाज ऐकून तिघींनी जिन्याकडे नजर वळवली. लाल जास्वंदी रंगाची, जरीच्या काठाची साडी आणि अंगावर ठळक दागिने घातलेल्या कांचनमाला संथपणे जिना उतरत होत्या. कपाळावर बारीक कुंकवाची टिकली, डोळ्यांत रेखलेली काजळरेषा आणि ओठांना लावलेली भडक लिपस्टिक. ते सर्व बघून आईसाहेब थोड्या अस्वस्थ झाल्या. आज जया येणार म्हणूनच केवळ हे खास प्रसाधन आहे हे त्यांनी जाणलं.

तरी हसून त्या म्हणाल्या, ''शामा, या सूनबाई हं!''

शामाबाई व जयानं त्यांना वाकून नमस्कार केला. त्या नजरेतली रूक्षता, दंभ बघून दोघी बेचैन झाल्या.

''सूनबाई, ही जया. काल आपण जिचं गाणं ऐकलं ना? ती!''

कांचनमालांच्या नजरेतील उपहास बघून जयानं मान खाली घातली. ती पदराशी चाळा करीत राहिली.

''सूनबाई, जयाला आपलं घर, फुलबाग दाखवून आण. तोवर आम्ही दोघी बोलत बसतो.''

कांचनमालांच्या पाठोपाठ जया जिना चढू लागली. मोठमोठी दालनं, बैठकी, वाऱ्यानं हलणारे पडदे, भिंतीवर लटकणाऱ्या मोठ्या तसबिरी. साऱ्या वैभवाचं प्रदर्शन करून झाल्यावर कांचनमाला जयाला शय्यागृहात घेऊन गेल्या. समोरच मानसिंगांचं हसरं छायाचित्र होतं.

''यांना तुम्ही ओळखताच. कालपासून तुमच्या गाण्याखेरीज काही सुचत नाही स्वारीला. तुमचा बाण लागलाय. पण उपयोग काय? उशीर झालाय आता.''

''असं का म्हणता?'' जया केविलवाणी होत म्हणाली.

''मी काल बक्षीस स्वीकारलं इतकंच! या घराशी जुने ऋणानुबंध आहेत, असं माझी आई म्हणाली. आवर्जून आमंत्रण आलं, म्हणून आले.'' जया मृदू स्वरात म्हणाली.

''ते ऋणानुबंध तेवढेच ठेवा, वाढवायचा प्रयत्न करू नका.''

शय्यागृहाच्या लगतच्या टेरेसकडे जात कांचनमाला म्हणाल्या. जया त्यांच्या मागून मुकाट जात होती.

गर्भभारानं वाकलेल्या कांचनमाला टेरेसवर ठेवलेल्या खुर्चीवर बसल्या. चालण्याच्या श्रमानं त्यांना धाप लागली होती. जया टेरेसच्या कठड्यापाशी अवघडून उभी राहिली.

“आपण जास्त श्रम घेऊ नयेत. आणि विचारही करू नये.”

“विचार! विचार करण्याशिवाय माझ्या हातात आहे काय? मुलींचं नशीबच असं. कुठं माझ्या माहेरचं वैभव आणि कुठं हे दरिद्री गाव! कुठं माझ्या माहेरची तालेवार माणसं आणि कुठं हे शिर्के! माझं दु:ख तुम्हाला समजणार नाही. कारण तुमचं लग्न कधी होणारच नाही. मोठ्या कुळात जन्माला येणाऱ्या स्त्रीला खालच्या दर्जाचं जिणं जगावं लागणं हे काय दु:ख असतं ते मलाच माहीत. तुम्हाला कधी कुलवान स्त्रीचं ते दु:ख कळणारही नाही.” जयाला वाग्बाण मारण्याची एकही संधी कांचनमाला सोडत नव्हत्या.

आजवर कुणाच्या घरी जाऊन असा अपमान करून घेतला नव्हता. सरू, नंदा, हसीनाची लहानच घरं; पण किती प्रेम मिळतं तिथे! उभ्या उभ्याच जयाचे पाय थरथरत होते. कांचनमाला बसूनच जयाला निरखत होत्या. ती नजर असह्य होऊन जया टेरेसवरून सभोवार दिसणारी सुंदर फुलबाग बघत होती. तऱ्हेतऱ्हेचे गुलाब व डेलिया फुलले होते. मधोमध हिरवळ पसरली होती. त्यावर कारंज्याचे तुषार उडत होते. कमानी साधून त्यावर जाई, जुई, सायलीचे वेल चढवले होते. दूर कुठेतरी रातराणी घमघमत होती. अंगणात मधोमध तुळशीवृंदावन होतं. तुळस बहरली होती. आकाशात पौर्णिमेचा चंद्र आला होता. सारा परिसर शुभ्र चांदण्यानं माखून निघाला होता. इतक्यात शय्यागृहातले दिवे बंद झाले.

सारा परिसर आणखीनच उजळला. जयानं दचकून दरवाजाकडे बघितलं. शय्यागृहाच्या दारात जयाला बघून आश्चर्यचकित झालेले मानसिंग उभे होते.

“आपण?”

“हो! त्याच म्हटलं. स्वारीला गाण्यानं वेडं केलंय. ते गाणं प्रत्यक्षच पाहावं. मी जाते. चहा-फराळाचं पाहायला हवं. आपण बोलत बसा; माझी अडचण कशाला!” फणकाऱ्यानं निघून जात कांचनमाला म्हणाल्या.

“आलेल्या पाहुण्यांना बसा म्हणण्याइतकीही सभ्यता नाही तुम्हाला?” मानसिंग संताप आवरत म्हणाले.

“दासी, बटकींना जवळ घेऊन बसायची पद्धत आम्हाला नाही. आमच्या घराण्यात प्रत्येकानं आपल्या इभ्रतीनं राहायचं असतं. खाली मासाहेब बसल्यात, हिच्या आईला जवळ घेऊन. आता आपण इथे काय हवं ते करा. मी जाते.”

जयाच्या डोळ्यांतून अश्रू वाहत होते. पदराचा बोळा तोंडाला धरून ती हुंदका आवरत होती. काहीच न सुचून मानसिंग जयाशेजारी उभे राहत म्हणाले,

“जयादेवी, कांचनमाला तापट स्वभावाच्या आहेत. इथे त्या रमू शकल्या नाहीत. त्याचा राग त्या सर्वांवर काढत असतात; पण तुम्हाला त्यांनी असं बोलायला नको होतं. मी माफी मागतो.”

" छे, छे!" गडबडीनं स्वत:ला सावरत जया म्हणाली, "आपण त्यांना दुखवू नये. त्यांनी मला फार प्रेमानं वागवलंय. आपण मनाला लावून घेऊ नये." जया हळुवारपणे म्हणाली.

चांदण्यात निथळणारी, साध्या सात्त्विक रूपातली जया मोहक दिसत होती. ते रूप मानसिंग डोळ्यात साठवत होते – जे जवळ असूनही दूर होतं. हे मधलं अंतर कसं संपवायचं हे त्यांना समजत नव्हतं. खाली मान घालून जया उभी होती. नजर वर करताच नजरेला नजर मिळाली. त्यातून अनेक आर्जवं, स्नेह जयाच्या मनापर्यंत पोहोचत होते.

"आपण जाऊ या ना!" ती म्हणाली.

"आपण माझी बाग पाहिलीत? मला फार आवड आहे. ते गुलाब, डेलिया, सारे मी खास मेहनतीनं जतन केलेत. बेंगलोरहून खास कलमं मागवलीत. ही बाग हा माझा खास विरंगुळा आहे. आवडली बाग?"

"खूप आवडली. पण त्यापेक्षा काय आवडलं सांगू? ती तुळस-मंजिरी. जिला आपल्या बंदिस्त चौकटीचं सदा भान आहे. कितीदा बहरते; कितीदा सुकते. पण आपली जागा ती विसरत नाही. मर्यादा सांभाळूनच जगते."

तुळशीवृंदावनाकडे एकटक बघत जया बोलत होती. ते बोलणाऱ्या जयाकडे भान हरपून मानसिंग बघत होते आणि रातराणीनं आपल्या गंधानं सारा परिसर व्यापून टाकला होता.

■

रामपूर पॅलेसलगतच्या रॉयल क्लबच्या बागेत हिरवळीवर खुर्च्या ठेवल्या होत्या. जवळच्या टेनिसकोर्टवर टेनिसचा डाव रंगात आला होता. महाराजांना खेळाचा शौक होता. त्यांनी तो जाणीवपूर्वक जतन केला होता. त्यांनी खास करून सर्व सरदारमंडळी व शौकिनांसाठी रॉयल क्लबची स्थापना पॅलेसच्या नजीकच्या परिसरात केली होती. क्रिकेट, बिलिअर्ड, पोलो, टेनिस, बॅडमिंटन, स्वीमिंग पूल, वाचनालय साऱ्यांनी तो क्लब सज्ज होता. बाहेरच्या हिरवळीवर खुर्च्या टाकून रमी व ब्रिजचे डावही टाकता येत. या सर्व सोयींमुळे संध्याकाळपासूनच तिथे सर्व वयाच्या क्रीडाशौकिनांची गर्दी असे. मुख्य म्हणजे महाराज तिथे नित्यनेमानं येत. या उमद्या राजाच्या सहवासाचा लाभ हीच तिथे येण्याची आतुरता वाढवत असे. प्रत्येक खेळ आलटून-पालटून महाराज खेळत असत. पण टेनिस हा त्यांचा खास शौक होता.

डिसेंबरातली हवीशी थंडी आणि त्यातच रॉयल क्लबवरच्या चैतन्यमय

वातावरणाची भर, त्यामुळे सर्व जणच उल्हसित मन:स्थितीत होते. शेवटचा डाव खेळून सारेच घरी निघण्याच्या तयारीत होते. मानसिंगसुद्धा महाराजांचा निरोप घेऊन आपल्या निळ्या फियाटमध्ये बसण्यासाठी गाडीच्या दाराची चावी फिरवत असतानाच एक सेवक धावत आला आणि मुजरा करून मानसिंगांना म्हणाला, ''महाराज, सरकारांनी आठवण केलीय जी!''

''अस्सं?''

मानसिंग वळले. त्यांनी टेनिस शूज, शॉर्ट्स व पांढरा टी-शर्ट घातला होता. त्या पोशाखात त्यांची उंचीपुरी देखणी मूर्ती उठून दिसत होती.

महाराज हिरवळीवरच्या खुर्चीवर बसले होते. घाम पुसून टॉवेल त्यांनी नोकराच्या हाती दिला. जवळ आलेल्या मानसिंगांना त्यांनी विचारलं,

''आज रात्री काही खास प्रोग्रॅम नाही ना तुमचा?''

''नाही. घरीच निघालोय.''

''मग असं करा ना! घरी जाऊन वॉश वगैरे घेऊन पॅलेसवर जेवायला या. बरेच दिवस आपण असे भेटलोच नाही. ओ.के.?'' महाराजांनी विचारलं.

''जशी आज्ञा!''

''आईसाहेब बऱ्या आहेत ना?''

''हां! तशा ठीकच म्हणायच्या; पण दिवसेंदिवस थकत चालल्यात.'' मानसिंग चिंतेच्या सुरात म्हणाले.

''काळजी नका करू. घरात नातू आला की, त्यांच्या साऱ्या तक्रारी दूर होतील.''

महाराज खळखळून हसले. ''बरं, मी साडेआठपर्यंत वाट बघतो.''

महाराजांना मुजरा करून मानसिंग गाडीकडे वळले.

■

पांढरा, सैलसा पायजमा आणि लखनवी झब्बा, त्यावर जाकीट असा पोशाख करून बाहेर निघालेल्या मानसिंगांना कांचनमालांनी हटकलं –

''गाणं ऐकायला निघालात?''

संताप आवरत मानसिंग म्हणाले, ''महाराजांनी पॅलेसवर जेवणाचं आमंत्रण दिलंय.''

''हं! आता शोधाल तेवढे बहाणे कमीच आहेत. आमचे ग्वाल्हेरला जाण्याचे दिवस जवळ आलेत, पण स्वारी एक दिवस घरी नसते.''

''पुरुषाला घरी यावंसं वाटावं असं घरच्या स्त्रीचं वागणं असावं लागतं.''

"ते मला बाई कसं जमणार! तसलं शिक्षण घेऊन तयार झालेल्या स्त्रिया वेगळ्या असतात. गोड बोलणं, गोड वागणं, ही मायाजालं आम्हाला काय उपयोगाची?"

"कांचनमाला, आपण राईचा पर्वत करीत आहात. असं बोलून समाधान मिळत असेल तर बोला बापड्या. पण उगीचच एखाद्यावर अन्याय करणं बरं नव्हे."

"बायकांना राईमधला खडासुद्धा चटकन दिसतो. मी आता इथे नाही. पुढे काय घडणार त्याची मला पूर्ण कल्पना आली आहे. त्यात मासाहेबांना साऱ्या जगाची दया येते."

"इतकी भीती वाटते तर, ग्वाल्हेरला जाऊ नका. इथेही चांगली हॉस्पिटलं आहेत. मिसेस नॉर्मन अमेरिकेच्या तज्ज्ञ डॉक्टर आहेत. आपण म्हणाल तर इथेही उत्तम सोय होईल."

"इथे? इथलं रॉयल हॉस्पिटल आणि ग्वाल्हेरचं सिव्हिल हॉस्पिटल सारखंच आहे!"

"मर्जी तुमची."

जिना उतरणाऱ्या मानसिंगांच्याकडे कांचनमाला संतापानं बघत होत्या.

■

जेवणं आटोपून महाराज अजयसिंह आणि मानसिंग महाराजांच्या खास बैठकीच्या खोलीत आले.

"बैस मानसिंग!" समोरच्या कोचाकडे बोट दाखवीत महाराज म्हणाले.

"आता बरं वाटलं. ते अहो जाहो, आपण... ते दरबारी रीतीरिवाज या साऱ्यातून माझा मित्र कधी सापडणार की नाही याची मला भीती वाटते." मानसिंग मोकळेपणानं हसत महाराजांना म्हणाले.

"खरं आहे मानसिंग. मलाही कंटाळा येतो या कृत्रिमपणाचा. ते मोकळेपणानं हसणं, गाणं, पाचगणीच्या दऱ्याखोऱ्यांतून मस्तपणानं भटकणं, शेक्सपिअरच्या नाटकाचे उतारेच्या उतारे पाठ करणं, वर्ड्सवर्थच्या कविता तालात म्हणणं, हे सारं या राजमुकुटानं हरवून गेलं. कितीतरी दिवसांत मोकळेपणानं बोलू शकलो नाही म्हणून आज तुला बोलावलं."

"टेबललँडच्या धुक्यातले क्रिकेटचे सामने, गर्ल्स हॉस्टेलमधल्या ब्रिटिश मैत्रिणी भारत सोडून जाताना त्यांचं ते रडणं... खरंच महाराज, त्यानंतर आपण लंडनला गेलात. मार्था भेटली?"

"मी लंडनला गेलो मानसिंग. पण मार्थाला भेटलो नाही. जी मैत्री काही काळच

टिकणारी असते ती सोडताना दुःखच पदरात घ्यायचं ना? या राजमुकुटाच्या वजनाखाली आमचं कोवळं प्रेम मी निष्ठुरपणानं दडपून टाकलं. मार्था!'' सिगारेट शिलगावत महाराज हळव्या सुरात म्हणाले, ''मानसिंग, आज मार्था असती तर फार मोलाचा सल्ला दिला असता.''

''सल्ला? सल्ला कोणत्या गोष्टीचा?''

''मानसिंग, संस्थानं खालसा करण्याच्या घोषणा चालल्यात. आज ना उद्या विलीनीकरणाचा प्रश्न येणार. तो सर्वांना मान्य करावा लागणारच. आपण प्रथम भारतीय आहोत. भारताच्या हितासाठी जे येईल ते स्वीकारलं पाहिजे. तो आपला धर्म आहे! प्रश्न तो नाही. प्रश्न हा आहे की, केवळ संस्थानं खालसा करून समानता खरंच नांदणार आहे का? राजे लोक गेले तरी गरिबी-श्रीमंतीची भिंत खरोखर तुटणार आहे का? नाही मानसिंग. समानता अशी येत नाही. आम्ही फ्रेंच राज्यक्रांती, रशियन राज्यक्रांती अभ्यासली आहे. क्रांतीनंही समानता येत नाही. ती प्रत्येकाच्या मनात असावी लागते. ती या जनतेच्या मनात पेरणं, हे या राज्यकर्त्यांना या काळात तरी शक्य नाही. केवळ राज्यवस्त्रं उतरवली आणि खादीची वस्त्रं चढवली म्हणजे हा प्रश्न सुटला असं नाही.'' महाराज आवेगानं बोलत होते.

''महाराज....''

''थांब मानसिंग, आज मला बोलू दे. गेल्या कैक रात्री आम्हाला या विचारांनी झोप लागलेली नाही. पहाटेच्या वेळी पॅलेसवरून आम्ही अस्वस्थपणे फिरत असतो. आमच्या विश्वासावर सारं रामपूर झोपेच्या कुशीत विसावलेलं असतं. हा विश्वास प्रजेनं दिला. आम्ही आजवर तो जतन केला. थोरल्या महाराजांनी कधी गरीब, श्रीमंत फरक मानला नाही. शिलंगणाला जाताना आबासाहेब रथातून उतरत, तेव्हा त्यांचा एक हात शिंग्याच्या खांद्यावर असे. म्हादू शिंग्या. एक महार. पण महाराजांच्यासाठी शिंग फुंकताना सारा जीव गळ्यात आणून वाजवायचा. आनंदानं म्हणायचा – 'समद्या जगाला माझ्या राजाच्या नावाची वर्दी देतोय. शिंग वाजवताना छाती फुटली तरी चालंल.' त्याच्या थोरल्या पोरीच्या लग्नात आबासाहेब स्वतः मंडपात हजर होते. कुणी मुलगा चांगला शिकणारा असला की, थोरले महाराज त्याची देखभाल करीत. मानसिंग, आज काळजी वाटते ती या प्रजेची.''

''महाराज, आपण युवराजांचा काय विचार केलाय? आज सारे संस्थानिक आपले युवराज, पैसा... सारं परदेशात नेऊ लागलेत. पुढच्या बदलत्या काळाच्या भीतीनंच ही व्यवस्था करताहेत. आपणही हा विचार करायला हवा.''

''इथेच चुकलास तू मानसिंग. जे सर्वांचं होईल तेच युवराजांचं. तुला आठवतं ना मानसिंग! इंग्लिश हॉस्टेलमध्ये राहत असूनसुद्धा आपण स्वप्नं रंगवत असू ती स्वतंत्र भारताची. आठवतं? तो स्वतंत्र भारत आज समोर आहे, युवराज तनख्याचे

मानकरी बनतील. जे पदरात राहील त्याचा एकमेव ट्रस्टी तू आहेस. एकटा!''

''मी? एकटा? महाराज, ही केवढी अवघड जबाबदारी आपण माझ्यावर सोपवताय?''

''मानू, मी इतर सरदारांना पूर्ण ओळखून आहे. आज जे मुजरे झडताहेत ना, ते या राजकवचाला आहेत हे का मला समजत नाही? उद्या ते कवच गळून पडलं की, मुजरे संपतील. मुजरे करणारे कुठल्या कुठे हरवून जातील. आज प्रत्येक जण स्वत:ची सोय बघतो आहे. परवाच सरदार बांडगुळेंनी बंगल्याभोवतीच्या माळरानावर हौसिंग कॉलनी उठवली. लाखोंनी पैसा जमा केला. तेच करायचं झालं तर, आपली माळरानं थोडी का आहेत? पण नाही. बदलत्या परिस्थितीला राजपरिवारानं तोंड दिलंच पाहिजे. या शिकारी, रेस, गाणी बजावणी, मेजवान्या, झुंजा सारे आटोक्यात आणायला शिकलंच पाहिजे. प्लॉट्स पाडून पैसे जमवून बँका भरतील. पण पुढची पिढी आणखी निष्क्रिय बनेल. या साऱ्यातून मार्ग फक्त तूच काढू शकशील. मानसिंग, नव्या जगाची कल्पना फक्त तुलाच आहे. फक्त तुला.''

''महाराज –''

''मला काळजी राजपरिवाराची नाही मानसिंग. बंदिस्त तळ्याप्रमाणे असलेल्या या रामपुराच्या परिसरातील ही अडाणी, गरीब प्रजा संस्थानाच्या बांधिलकीतून मोकळी झाली की, महासागरात विलीन होईल. मोठे मासे लहान माशांना गिळून टाकतात. या काळजीनं मी बेचैन आहे. जरा अन्याय झाला की, पॅलेसकडे धाव घ्यायची सवय झालेली प्रजा, उद्या कुणाकडे आधार मागेल?'' खिन्नपणे हसून महाराज म्हणाले, ''मी तरी त्यांची इतकी का काळजी करतो? ज्याला स्वत:च्या भवितव्याची खात्री नाही, कल्पना नाही, त्यानं इतरांना आधार देण्याच्या वल्गना का कराव्यात? चल, रात्र फार झाली.''

मानसिंगांचा मुजरा स्वीकारून महाराज आतल्या दालनात गेले.

मानसिंगांनी गाडी सुरू केली. पॅलेसवरच्या टॉवरक्लॉकनं दोन टोले दिले.

■

दुसरे दिवशी मानसिंगांना उशिरा जाग आली. चहाचा ट्रे घेऊन आत आलेल्या तुकाला त्यांनी विचारलं.

''तुका, आईसाहेब काय करताहेत?''

''जी! काल रातीच पाव्हणं आलं. तेंच्या न्याहरीची एवस्था बघत्यात.''

''पाहुणे? कोण पाहुणे?''

''जी! वैनीसायेबांच्या म्हायेरची मानसं. मामासाब, मामीसाब, वैनीसाबांचं भाऊ

– समदी आल्याती काल राती.''

"अचानक?''

"अचानक कसं जी? तदी शामाबाई येऊन गेल्या. वैनीसाबांनी फोन लावला ग्वालिरास. कल पावने हजर. लेकीची वढ असनारच की जी.'' तुका सावधपणे म्हणाला.

"बरं! तू जा!''

स्नान वगैरे आटोपून मानसिंग खाली आले. दिवाणखान्यात कांचनमालांचे वडील सरदार पवार, कांचनमालांच्या आई, भाऊ, आईसाहेब सारी बसली होती. सर्वांना मुजरा करून मानसिंग समोरच्या कोचावर बसले.

"काल रात्री उशीर झाला येण्याला? पॅलेसवर खास पार्टी होती वाटतं?'' मामासाहेबांनी विचारलं.

"खास असं कारण नव्हतं. महाराजांना कधी-कधी आठवण येते. तशीच आमची कालची भेट होती.''

"हं! विलीनीकरणाचा प्रस्ताव येतोय. सर्व राजे-महाराजे धोरणानं पाऊल उचलत आहेत. संस्थानांचा सारा खासगी पैसा परदेशी बँकांमध्ये भरला जातोय. शिक्षणानिमित्तानं युवराज परदेशात स्थायिक होत आहेत. जास्त पैसे शेअर्समध्ये, खासगी कंपन्यांतून, बँकांतून गुंतवले जात आहेत. इथे तसा प्रश्न येणार नाही म्हणा! रामपूर काय एक छोटंसं संस्थान!''

"मामासाहेब, छोटं की मोठं हा प्रश्न नाही. कायदे तर सर्वांना समानच असणार. राहण्याची पद्धत, आदत एकच असणार. लहान-मोठ्या प्रमाणावर बदल हा घडणारच. या नव्या बदलत्या जीवनमानाला कोण, कसं तोंड देतं, त्यावर सर्व अवलंबून आहे.'' मानसिंग म्हणाले.

"इतरांचं जाऊ द्या. पण आपण धोरणानं वागा. याच वेळी चार पैसे गाठीला लावा. हेच सुचवण्यासाठी मुद्दाम इथे आलो आहे. खासगीतल्या जमिनी विकायला निघतील. जायदादीची मोजदाद होईल. धूर्तपणे वागाल तर लाखो रुपये जोडू शकाल. ही शेवटची संधी आहे. ही सोडली तर आयुष्यभर असंच राहावं लागेल.'' मामासाहेब धिम्या सुरात बोलत होते –

"कांचनमाला इथे खूश नाहीत. जर आमच्या दर्जाच्या राहणीमानानं त्यांना ठेवायचं असेल, तर ही संधी आयती चालून आलीय. त्यातून महाराजांचा तुमच्यावर विश्वास आहे. तुमच्या व्यवहारात ते लक्ष घालणार नाहीत.''

मानसिंगांचा संताप उसळला होता. वरकरणी शांतपणे ते म्हणाले, ''म्हणून विश्वासघात करायचा? माफ करा मामासाहेब. रामपूर-महाराज रियासतीशी इमानदार आहेत. जे सर्वांचं होईल तेच आपलं होईल, ही त्यांची भावना आहे. त्यांना काळजी

प्रजेची आहे. वाड्यात कैक वर्षं काम केलेले हुजरे, नोकर, पाणके, कोचमन आहेत. त्यांची काळजी महाराजांना आहे. महाराज खासगी जमिनी विकतील. ती या लोकांची सोय करण्यासाठी. ज्यांनी सारा जन्म या राजघराण्याच्या सेवेत घालवला, त्यांना काय असं वाऱ्यावर सोडायचं? पाण्यात बुडी मारताना पण अशी मारावी की, त्याचा ठसा काही काळ पाण्यावर उमटला पाहिजे. मामासाहेब, रामपूर संस्थानची रीत अशी आहे.''

''मूर्खपणा आहे. ही अडाणी प्रजा आज महाराजांचा जयजयकार करते. उद्या तिरंगी झेंड्याचा करेल. त्यांना कसली आहे निष्ठा?'' मामासाहेब तिरस्कारानं म्हणाले.

मानसिंग समजुतीच्या सुरात म्हणाले, ''मामासाहेब, आपण विश्वास ठेवणार नाही; पण इथंच फरक आहे. या संस्थानानं प्रजेला मुलासारखं जपलं आहे. इतर संस्थानिक युवराजांचा विचार करतात. पण रामपूर संस्थान प्रजेचा विचार करीत आहे. विलीनीकरण होण्यापूर्वी खासगीतून शाळा, हॉस्पिटल, कॉलेज सर्व सुरू करण्याचा महाराजांचा इरादा आहे. साऱ्या सेवकांना कुठं ना कुठं गुंतवायचं आहे. त्यांना रस्त्यावर भीक मागायला लागू नये, अशी व्यवस्था करायची आहे. या जमिनी महाराजांचे सरदारच विकत घ्यायला टपले आहेत. भरपूर पैसा आज सरदार मंडळींनी केला आहे.''

''तेच मी सुचवतोय. गंगा दारात आलीय तोवरच हात धुऊन घ्या. सारा मोठा व्यवहार तुम्ही बघणार आहात. निदान मधलं कमिशन भरपूर घ्या, तेवढ्यानंही जन्माचं कल्याण होऊन जाईल.''

''कमिशन कशाचं? इमान विकण्याचं? माफ करावं. मी लहान आहे. समजत नसेल मला कदाचित. पण या अचानक प्रकटलेल्या गंगेचा ओघ समाजाकडे वळवला तर जाता-जाता आपण नंदनवन फुलवून जाऊ. अहो, हे ब्रिटिश परके ना? पण त्यांनी या संस्थानिकांची केवढी कदर केली! केवढ्या सवलती दिल्या! कौतुक केलं! अल्पवयीन युवराजांचं संगोपन केलं. राजपरिवाराची काळजी घेतली. राजेलोकांची मनं दुखवली नाहीत.''

''हं! त्यात ब्रिटिशांचा स्वार्थच होता.'' मामासाहेब छद्मीपणानं म्हणाले.

''तेच मी म्हणतोय. त्यांना स्वार्थ असला तर तो आम्ही समजू शकतो. कारण ते परके होते. या भूमीबद्दल प्रेम असण्याचं त्यांना काही कारणच नव्हतं. पण आपण भारतीय. या भूमीचं प्रेम आपण बाळगलं पाहिजे.''

''कसलं आलंय प्रेम आणि निष्ठा! भरल्या पोटी बोलण्याच्या या साऱ्या गोष्टी आहेत. उद्या सर्व घालवून बसाल, तेव्हा सारं समजेल.''

''नाही मामासाहेब, आता आपण स्वतंत्र आहोत. लाचलुचपतीची सवय अजून आम्हाला लागली नाही. ही कीड वरच्या थरातच लागली, तर खाली बुंध्यापर्यंत

पसरायला वेळ लागणार नाही. आणि मग भारतीय स्वातंत्र्य हे एक पोखरलेलं झाड ठरेल. यापेक्षा ब्रिटिश बरे होते असं वाटायला लागेल.'' मानसिंग आवेगानं बोलत होते. कपाळावरची शिर फुगली होती.

''आबा, कशाला उपदेश करताय त्यांना? त्यांना हे चाकोरीचं जिणंच आवडतं. ते कधी बदलायचे नाहीत.'' कांचनमाला मध्येच म्हणाल्या.

''हां! आमचं जीवन चाकोरीतलं जरूर आहे. पण ते जगणं स्वच्छ आहे. आपल्याला या घरात काही त्रास असेल असं वाटत नाही. शेवटी सुख हे मानून घेण्यावरच असतं.''

''हे पाहा मानसिंगराव.'' मामासाहेब समजावणीच्या सुरात म्हणाले.

''कांचनमाला इथे रुळल्या नाहीत. एक रोप दुसऱ्या जागी लावताना असंच होतं. आम्ही त्यांना उद्या घेऊन जात आहोत. बाळंतपण वगैरे सर्व सुखरूप पार पडलं की, मग त्यांचं मन शांत होईल. तेव्हा त्यांना परत पाठवू. उद्या रात्रीच्या ट्रेननं आम्ही निघतोय.''

''मी जरा पॅलेसवर जाऊन येतोय. आपण आराम करावा. गाडी, ड्रायव्हर इथेच ठेवून जातो. कुठे बाहेर, देवदर्शन वगैरे करून यायचं असेल तर जाऊन यावं. आईसाहेब, दिवाणजी, तुका आहेतच. निघू मी?''

मुजरा करून मानसिंग बाहेर पडले.

■

रात्रीचं जेवण आटोपून मानसिंग शय्यागृहात आले. बेडलँपचा निळसर मंद प्रकाश साऱ्या खोलीत पसरला होता. ड्रेसिंग रूमच्या समोरील बैठ्या स्टुलावर बसून कांचनमाला मोकळ्या केसांतून कंगवा फिरवत होत्या. कोपऱ्यात त्यांच्या दोन मोठ्या बॅगा भरून ठेवल्या होत्या.

''ओहो! जाण्याची तयारी झाली वाटतं! इतक्या मोठ्या बॅगा? येताना एक नवा जीव, त्याचा पसारा, सामान. येताना केवढं सामान होईल?'' मानसिंग खेळकर आवाजात म्हणाले.

''येताना? हं! पण मी परत आले तर ना! माझा जीव इथे गुदमरून गेलाय नुसता! केव्हा ग्वाल्हेरला पोहोचेन असं झालंय मला.''

मानसिंग कांचनमालांच्या पाठीमागे उभे राहिले. आरशात दोघांची प्रतिबिंबं दिसत होती. त्यांच्या मोकळ्या केसांतून बोट फिरवत मानसिंग म्हणाले,

''कांचन, माझं प्रेम पण तुला इथं अडवून ठेवू शकलं नाही, हा माझा पराभव आहे. पण प्रेम देताना मी सर्वार्थानं तुझा झालो हे कधी समजणार तुला? आपल्या

वर्षभराच्या सहवासाची साक्ष, आपलं बाळ तुझ्या कुशीत वाढतं आहे. आपलं घर लहान असेल. पण ते आपलं घर आहे. बाळाला आनंदानं आपण वाढवू. खूप शिकवू. मोठं करू. नव्या जगाला सामोरं जायला शिकवू. इस्टेटीच्या आधाराखेरीज त्याला मोठा होऊ दे. कांचन, समजून घे मला. तू समजून घेतलं नाहीस, तर कोण घेणार कांचन?'' हळव्या सुरात मानसिंग बोलत होते.

''ते प्रेमबीम मला समजत नाही. पण मी जशी वाढले तसंच आपलं बाळ वाढलं पाहिजे. मला स्वतंत्र आया होती. गव्हर्नेस होती. माझी खोली, माझी कार स्वतंत्र होती. आमची शेती आहे. पण आम्ही कधी शेती घरी केली नाही. वेगवेगळ्या इंडस्ट्रीज आबांनी उभारल्या. माझे भाऊ चंद्रहास, शहाजी सारे त्या इंडस्ट्रीज बघतात. माझे थोरले दाजी पण केवढ्या मोठ्या कंपनीचे चेअरमन आहेत. केवढा मोठा बंगला. एअरकंडिशन्ड कार्स. परदेशाचे प्रवास. आक्का कशा राहतात? माझं बाळ तसं वाढणार आहे?''

''कांचन, अशा तयार इंडस्ट्रीज हाती देऊन मुलं कधी-कधी मोठी होत नाहीत. त्यांना त्यांची किंमत कधी कळत नाही. आपली शेती भरपूर आहे. जर शेती बाळाला आवडली नाहीतर तो स्वतःच नवा मार्ग शोधेल. त्याला काय आवडेल, हे आज आपण कोण सांगणार?'' हसून मानसिंग म्हणाले.

''तो इथे वाढला तर त्याला शेतीच आवडेल. नवीन दृष्टी येणारच नाही. तुमच्यासारखी अवस्था होईल.''

''कांचन, जे आहे ते आपलं स्वतःचं आहे. हक्काचं. ग्वाल्हेरच्या संपत्तीवर, आश्रयावर आपलं बाळ वाढणार?''

''त्यात काय झालं? आबांना मी जड झाले नाही. ते नक्कीच माझं चांगलं करतील. निदान इथल्यापेक्षा माझं तिथलं राहणं सुखाचं असेल निश्चित.''

''मर्जी तुमची!''

दुखावल्या स्वरात मानसिंग म्हणाले. खिशात हात घालून त्यांनी एक लांबट आकाराची मखमली डबी बाहेर काढली. ती उचलून कांचनमालांच्या समोर धरली. कांचनमालांचे डोळे विस्फारले. डबीत हिऱ्याची कर्णफुलं, अंगठी आणि लॉकेट होतं. त्या चमकणाऱ्या हिऱ्यांपेक्षा कांचनमालांचे डोळे जास्त चमकत होते. बसल्या जागेवरूनच त्यांनी मानसिंगांच्या कमरेभोवती हात टाकले.

''कधी-कधी शहाणपण सुचतं असं. बरं झालं. माझ्या मैत्रिणींना दाखवता येईल माझा रुबाब. नशीब माझं. निदान जाताना तरी काही चांगलं घडलं.''

काहीच न बोलता चेकबुक समोर धरीत मानसिंग म्हणाले, ''हे जवळ असू दे. चेकवर सह्या केलेल्या आहेत. स्वतःची आबाळ करून घेऊ नका. पैशांची कमतरता आपल्याला नाही. आनंदात राहा.''

कांचनमाला चेकबुक व मखमली पेटी बॅगेत ठेवण्यासाठी लगबगीनं उठल्या. मानसिंग टेरेसवर गेले. ते कठड्याला टेकून बागेकडे पाहत होते. एकाएकी त्यांची नजर तुळशीवृंदावनातल्या तुळस-मंजिरीकडे गेली.

गार वाऱ्याच्या झुळकेनं ती हलकेच झुलत होती.

चवथीचा चंद्र आकाशातून तिला न्याहाळत होता.

भान विसरून मानसिंग ते दृश्य पाहत होते. घायाळ मनातील आर्तता ओसंडून वाहत होती.

एका अनामिक ओढीनं मन उदास बनलं होतं.

■

जयाच्या खोलीतला पंखा गरगरत होता. बाहेरचा उष्मा असह्य झालेला होता. जया, सरू, हसीना, नंदा चौघी अभ्यासात गुंतल्या होत्या. परीक्षा पंधरा दिवसांवर आली होती. चौघींचे नंबर एकाच शाळेत आले होते. चारचा सुमार होता. खोलीत शांतता होती. भिंतीवरच्या घड्याळाची टिक्ऽऽ टिक्ऽऽ तेवढी ऐकू येत होती. तेवढ्यात खोलीचा दरवाजा उघडून शामाबाई आत आल्या. त्यांना बघताच हसीनानं पुस्तक बाजूला टाकलं. शामाबाईंच्या हातात सरबताचे ग्लास होते. ते बघताच हसीना आळस देत म्हणाली,

"अल्ला तेरी दुवा! मी तर कंटाळलेच मावशी!"

"हो! आता शादी जवळ आलीय; आता अभ्यासात कसं लक्ष लागेल?" नंदानं टोचलं.

"पण रफिकभाईंनी सांगितलंय, मॅट्रिक पास व्हायला हवंय. ते बॅरिस्टर आणि बीबी मात्र अनपढ!"

"अगं, कमी शिकलीय तर एवढी चुरचुर बोलतेय. शिकली तर बॅरिस्टरला हरवील." शामाबाई कौतुकानं म्हणाल्या.

"आई, पण एक माणूस आज गप्प आहे हे लक्षात नाही आलं तुझ्या!" सरूकडे बघत जया म्हणाली.

"काय झालं गं सरू?" तिच्याजवळ जात शामाबाई काळजीनं म्हणाल्या.

"काय होणार मावशी? हो गयी छुट्टी!" हसीनानं हसत म्हटलं.

"म्हणजे कालच तिचं लग्न ठरलं. तेपण वकीलसाब गाठ पडलेत पुण्याचे." नंदा म्हणाली.

"पुणं! म्हणजे तुम्ही तिघी पण पुण्याला जाणार! नंदा पण पुण्याला मावशीकडे राहून शिकणार म्हणते. मग मी एकटीच होणार की गं इथे!" जया रडवेली होत

म्हणाली, ''मला चैन पडणार नाही तुमच्याखेरीज.''

''खरंच मावशी. जयाला पण पुण्याचाच नवरा शोधा ना! आम्ही चौघी पुण्याला गेलो की, पुण्याची छुट्टी!'' हसीना म्हणाली.

''ए, लग्न वगैरे नाही हं एवढ्यात.''

आई काही बोलेल या भीतीनं जयाच गडबडीनं म्हणाली, ''मला शिकायचं आहे. गाणं घेऊन एम.ए. होणार आहे. आणि मी लग्न करून गेले की, आईला कोण बघणार? मामा पण थकलेत आता. परीक्षा आलीय पंधरा दिवसांवर. आणि यांना लग्नं सुचताहेत. चला, पाच वाजून गेलेत.''

सर्व जणी पुस्तकांचा पसारा आवरायला लागल्या.

■

तिन्हीसांज व्हायला आली. जया परडी घेऊन राममंदिराकडे निघाली. परडीत सुईदोरा होता. तळी पार करून, ती जाईच्या कमानीखाली उभी राहून कळ्या काढू लागली. अर्धवट उमललेल्या कळ्या परडीत घेऊन जया राममंदिराच्या पायरीवर बसून हार गुंफू लागली. आज सकाळपासून मन उदासच होतं. परीक्षेच्या काळजीनं असेल अशी मनाची समजूत घातली. पण मनाचं चुकार पाखरू परत-परत उदासवाणं का होतंय, तेच समजत नव्हतं. नकळत मानसिंगांची आठवण जागी होत होती. त्या दिवशी शिर्केमहालात जाऊन आल्यानंतर, तिथे काय घडत असावं याचा अचूक अंदाज तिला आला होता. मन राहून-राहून हळहळत होतं – इतकं भाग्य पदरात असताना कांचनमालांना त्याची जाणीव नसावी?

आईसाहेबांची माया आपल्या मनाला भिडली. मग कांचनमालांना का समजू नये?

आपलं रामपूर इतकं छान आहे. तरी त्या रमू शकल्या नाहीत.

आईसाहेबांना किती दुःख होत असेल!

मानसिंग... त्यांना काय वाटत असेल?

...त्यापेक्षा नेमकं तुला काय वाटतंय? सांग ना?

या विचारानं जया दचकली.

'मला? मला का म्हणून काही वाटावं?' तिनं स्वतःच्या मनाला फटकारलं.

आणि वाटलं तरी, ती वाट बंद आहे. त्या वाटेनं जायचं नाही, हे एकदा ठरलंय. मग मी विचार का करावा?

गरत्या पोरी वाईट वागल्या तर खपतं. पण माझ्यासारखीचं चुकून वाईट वागणं साऱ्या जन्माचा सत्यनाश करेल.

आईचं काय झालं?

कुणी कुणाचा भरवसा द्यायचा?

विचाराच्या भरात जया भरभर फुलं गुंफत होती. एक हार रामासाठी तयार. झाला होता, एक गजरा स्वत:साठी. सभोवार शांतता होती. जया उठली. गाभाऱ्याजवळ जाऊन तिनं रामचंद्राच्या मूर्तीला हार घातला. पायावर डोकं ठेवून ती उठली. समयांच्या उजेडात गाभारा उजळून उठला होता. जयानं डोळे मिटले. हात जोडून ती देवासमोर बसली. मनातलं काहूर शांत होत होतं.

लक्ष्मणरेषा... चुकून ओलांडली तर, केवढा अनर्थ घडला! जन्मभराचा वनवास. धरतीत विलीन होणं! साऱ्या स्त्री-जातीची हीच गत का व्हावी?

जयाचे बंद डोळे पाझरत होते.

एवढ्यात पाठीमागची घंटा वाजली. जयानं मागे वळून बघितलं. मानसिंग तिच्याकडे आश्चर्यानं बघत होते. गडबडीनं पदरानं डोळे पुसत जया उठली.

''आपण. राममंदिरात?''

''हां! ज्या मनाच्या तळमळीनं आपण इथे आलात; त्याच ओढीनं मलाही इथं खेचून आणलं असावं.''

त्यांची नजर चुकवत जया हसून म्हणाली, ''आज बंदूक नाही आणली?''

''नाही जयादेवी. जो स्वत: घायाळ, जखमी असतो, त्याला दुसऱ्यांना घायाळ करणं जमत नाही.''

जयानं चमकून त्यांच्याकडे पाहिलं. डोळे जागरणानं लाल झाले होते. चेहरा काळवंडला होता. अंगावर साधेच कपडे होते.

''बरं वाटत नाही का? आणि... आणि त्या कशा आहेत? आईसाहेब बऱ्या आहेत ना?''

एकामागून एक प्रश्न विचारणाऱ्या जयाकडे हसून बघत मानसिंग म्हणाले, ''सगळे ठीक आहेत. पण सगळं ठीक असून बिघडल्यासारखं का वाटतं तेच समजत नाही. कांचनमाला ग्वाल्हेरला गेल्या, परत न येण्यासाठी.''

मानसिंग स्थिर नजरेनं तळ्याच्या पाण्याकडे बघत म्हणाले.

''परत न येण्यासाठी? का?''

''का? कसं? यांच्या उत्तरापाठीमागेच माणूस जन्मभर धावतो. मलाही ठाऊक नाही त्यांना नेमकं काय हवं ते. माणसाचं जीवनच असं आहे. त्याला जे हवं आहे ते मिळत नाही. जे मिळतं ते नको असतं. या वजाबाकीत जे हाती उरतं त्यालाच जीवन म्हणायचं. जसं दान पडेल तसं स्वीकारायचं. जाऊ दे. तुम्ही कशा आहात?''

''मी? मी ठीक आहे. परीक्षा जवळ आलीय ना!''

''तरीच रामाची पूजा चाललीय.''

"नाही. मी रोजच येते."

"अस्सं! काय मागता रोज देवाजवळ?"

"काय मागू? मागून काहीच मिळत नसतं असं आपणच म्हणालात ना?"

"दुसरं काही नको. पण तो हातातला गजरा आम्हाला मिळेल?"

"गजरा? घ्या ना!" जयानं गडबडीनं गजरा पुढे केला.

जयानं पुढे केलेला गजरा घेऊन मानसिंगांनी त्याचा वास घेतला. त्या सुगंधानं त्यांचं मन थरारून गेलं.

भावनावेगानं ते म्हणाले – "जया, काय सांगू मनाची घालमेल? मासाहेब थकल्यात. कांचनमाला परत येणार नाहीत. संस्थानं विलीन होणार म्हणून महाराज बेचैन आहेत. फार मोठी जबाबदारी माझ्यावर आहे. प्रचंड ताण माझ्यावर आहे. या वेळी जया, तुमची सोबत हवीय मला."

मानसिंगांचं घायाळ रूप जयाला पाहवेना. ती म्हणाली,

"आपण खाली बसावं. मी आपल्यापेक्षा लहान आहे. पण परिस्थितीनं मला प्रौढ केलंय. खूप शिकवलंय. मी सांगू? कांचनमाला परत येतील. हा राग फार काळ टिकणार नाही. शिवाय मी कोण? ना कूळ, ना वारसा. माझी पायरी मला समजते."

जया मर्यादेनं मानसिंगांच्या समोर बसत म्हणाली, "शबरीची उष्टी बोरं प्रभू रामचंद्रानं खाल्ली हा त्याचा मोठेपणा. पण या गोष्टी रामायणातच शोभतात. आपण मोठ्या कुळातली माणसं. आपण तोलानंच राहायला हवं."

"कूळ, वारसा, मर्यादा – मला कंटाळा आलाय या शब्दांचा. एक कांचनमाला आहेत, त्या मोठेपणा विसरू शकत नाहीत. एक तुम्ही आहात, कल्पनेनं आपली पायरी आपणच ठरवत आहात. कांचनमाला फार वरच्या पायरीवर आहेत. त्या खाली येणार नाहीत. मी आणू शकणार नाही. पण तुमच्यासाठी, तुमच्या समजुतीसाठी एक पायरी मी खाली उतरू शकतो. शेवटी जात, मान, सन्मान हे सारे कल्पनेचे खेळ आहेत. माणसाला हवी असते एक सोबत. मन जाणून घेणारी. समजून घेणारी. जपणारी. कसं सांगू मी? रात्रीच्या रात्री या विचारानं मी बेचैन आहे."

मानसिंगांनी दोन्ही हातांनी मस्तक दाबून धरलं होतं. पुढे व्हावं आणि त्यांना समजवावं असं वाटून जया किंचित पुढे झुकली. तिची नजर सीतामाईंच्या मूर्तीकडे होती. लक्ष्मणरेषा ओलांडणारी सीतामाई!

जया दचकून मागे सरकली. आणि तिची नजर पायरीवर उभ्या असणाऱ्या शामाबाईंकडे गेली. डोळे विस्फारून त्या समोरचं दृश्य बघत होत्या. काय बोलावं हे त्यांना समजत नव्हतं. त्यांनी क्षणात स्वत:ला सावरलं.

आत येऊन त्या म्हणाल्या, "सरकार, यापुढे जयाला भेटायला येण्यापूर्वी आईसाहेबांना विचारून यावं."

मानसिंग काही बोलायच्या आतच त्या म्हणाल्या. ''चल जया!''

पाठमोऱ्या झालेल्या मायलेकींकडे मानसिंग दुखावल्या नजरेनं बघत होते.

गेले आठ दिवस महाराज अजयसिंह साऱ्या संस्थानातून गावागावांना भेटी देत होते. अनेक लहान-मोठी गावं लागतात. राजाचे पाय गावाला लागले, या आनंदानं सारं गाव भरून जाई. आया-बाया पाण्याच्या घागरी मोटारीसमोर रिकाम्या करीत. आधी वर्दी न देता महाराज अचानक या दौऱ्यावर निघाले होते. त्यामुळे त्यांची लांबट आकाराची पाँटॅक गाडी गावात शिरली की, धावपळ उडून जाई. त्यांचं स्वागत कसं करावं, या विचारानं सर्वांचाच गोंधळ उडे. महाराजांना डोळे भरून पाहण्यासाठी एकच गर्दी उडत असे. गावामागून गावं लागत. लहान-लहान घरं, कुठं शेतीच्या एवढ्याशा तुकड्यात उन्हात राबणारी नवरा-बायको, पाण्याच्या घागरी घेऊन पाण्यासाठी अनवाणी पायानं जाणाऱ्या स्त्रिया, पाटीदप्तर काखोटीला मारून शेजारच्या गावी चालत जाणारी मुलं, कुठंतरी जीर्ण झालेलं पडकं मंदिर; सारं महाराज पाहत होते. शेजारी मानसिंग होते. आजवर हेच आपलं राज्य असा अभिमान बाळगून जे म्हटलं जाई ते राज्य, तो परिसर आज वेगळा भासत होता. महाराज काहीच बोलत नव्हते. त्यांच्या गप्प असण्यानं मानसिंग अस्वस्थ होत होते.

■

गाडी भरधाव वेगानं जात होती. आता शेवटचा मुक्काम आंबेवाडीत व्हायचा होता. तिथे महाराजांचा मोठा मळा होता. आंब्याची, पेरूची बाग होती. शाळूचं पीक अमाप निघत होतं. पानवेलींची पैदास केली होती. तिथे महाराजांची टुमदार बंगली होती. अनेकदा युरोपियन अधिकारी कौतुकानं तिथं राहायला येत. साऱ्या सोई तिथे करवून घेतल्या होत्या. आंबेवाडी जवळ येऊ लागली. तोवर चार वाजण्याचा सुमार झाला होता. एकाएकी महाराजांची नजर माळरानावर वस्ती केलेल्या लमाणांच्या तळाकडे गेली,

''म्हादबा, गाडी थांबवा.''

तंद्रीत गाडी चालवणारा म्हादबा दचकला. खर्रकन ब्रेक दाबून गाडी थांबवत तो मागे न वळता म्हणाला, ''जी!''

दरवाजा उघडून महाराज उतरले होते. पाठोपाठ मानसिंग, म्हादूमा, दिवाणजी, रामजी सारे उतरले. महाराज त्या तळाकडे निघाले होते.

छोटी-छोटी पालं उभारली होती. दोन खांब रोवून झोळण्याचा पाळणा केला होता. त्यात मूल निजलं होतं. एक सात-आठ वर्षांची पोर पाळणा हलवत होती. आणखी आठ-दहा पोरं बैदुलाच्या खेळात रंगली होती. धनगरी कुत्र्यांनी जोरात

भुंकायला सुरुवात केली. साऱ्या पोरांचं लक्ष भल्या थोरल्या मोटारीतून उतरणाऱ्या साहेबलोकांकडे गेलं. पुलीस अफसर असावेत, या भीतीनं ओरडत एक पोर आई-बाप काम करीत होते, त्या दिशेकडे धावत सुटलं. त्या परकऱ्या पोरीनं पाळण्यातलं पोर सावधपणे बाहेर काढलं. सारी पोरं एकत्र जमली. त्यांतला थोराड वाटणारा पोरगा पाया पडत म्हणाला,

"साब, भगवान की कसम. चोरी नाय केली."

महाराज हसले. मानसिंगांना म्हणाले, "पाहा मानसिंग, काहीही गुन्हा नसताही माणसं कशी केविलवाणं जीवन जगताहेत. पोरं-बाळं वाऱ्यावर टाकून, बिऱ्हाड पाठीवर घालून, माळामागून माळरानं तुडवत जाणारी ही माणसं. अकारण भीती बाळगून का जगतात?"

"सरकार, लई बेरकी असतीया ही जात." रामजी म्हणाला.

"जात! शेवटी माणसाचा स्वभाव जातीवरच ठरवायचा का? राजा, तोसुद्धा कदाचित या लमाण्यांसारखाच बेरका असू शकतो, हे कुणी ध्यानी घेणार नाही. कारण राजा हा राजाच आहे. असणारच! असं मानलं जातं नाही का? तसंच लमाणी कधी सच्चेपणानं वागेल, यावर कधीच कुणी भरवसा ठेवणार नाही. रामजी, या पोरांना गाडीतली मिठाई, बिस्किटं वाटून द्या. फार भेदरलीत."

"ए पोरांनो! पाया पडा सरकारांच्या. राजे हाईत ते राजे!"

राजा!

राजा असा असतो?

पोरं डोळे विस्फारून बघत होती. रामजी खाऊ वाटत होता.

"मानसिंग, किती सुखी जीवन आहे नाही? पांघरायला आकाश, अंथरायला धरती, कष्ट करायला हात-पाय! विचार करायला उसंतच नाही, उद्याची फिकीर नाही. कारण उद्याचा दिवस घडवणं त्यांच्याच हातात असणार आहे. गरजा थोड्या, सुख जास्त. मानसिंग, यांना बघून वाटतं, आमचा जन्म याच कुळात व्हायला हवा होता. निदान असं गुदमरावं लागलं नसतं आतल्या आत; हा भरारणारा वारा पिऊन मुक्तपणे जगता आलं असतं."

महाराज गाडीकडे वळले. त्या थोरल्या पोराला काय वाटलं कोण जाणे. पाया पडून तो म्हणाला,

"सलाम राजासाब!"

महाराजांनी त्याच्या माथ्यावर थोपटलं; म्हणाले, "पोरा, पांढरे कपडे घालणाऱ्या सर्वच माणसांना भीत जाऊ नकोस. धीटपणानं जग."

पोरानं मान हलवत शर्टाच्या बाहीनं तोंड पुसलं. गाडी आंबेवाडीच्या दिशेनं निघाली.

रात्र बरीच झाली होती. उद्या संध्याकाळी सारी निमंत्रित मंडळी येणार होती. महाराज उठून बंगल्यासमोरच्या मोकळ्या जागी ठेवलेल्या खुर्चीवर बसले. आकाशात चांदण्या खच्चून भरल्या होत्या. गार वारा भरारत होता. नीरव परिसरात महाराज नि:स्तब्धपणे न्याहाळत होते. त्यांच्या नजरेसमोर गेल्या आठ दिवसांचा प्रवास तरळत होता. ज्यांचे सत्ताधीश ते होते, अशी गावं, असा परिसर.

मी? सत्ताधीश?

कुणावर सत्ता गाजवली?

या अडाणी प्रजेवर?

ज्या प्रजेला पाण्यासाठी वणवण फिरावं लागतं.

पोटासाठी जनावरासारखं राबावं लागतं.

पोरांच्या अंगावर सणासुदीलाही नवं कापड चढवणं अवघड जातं –

शाळा शिकण्यासाठी चार-चार मैल अनवाणी चालावं लागतं!

औषधं न मिळाल्यानं मरणारं पोर थिजल्या नजरेनं बघावं लागतं.

या प्रजेनं आम्हाला उदंड प्रेम दिलं.

मान दिला. पाय धुतले.

स्वत: उपाशी राहून आमच्या मिरवणुकी, लवाजमे भरल्या डोळ्यांनी बघितले.

आम्ही काय केलं या प्रजेसाठी?

आजोबा, थोरले आबासाहेब यांनी त्यांच्या मगदुराप्रमाणे प्रजेला प्रेम दिलं.

पण आम्ही?

आम्ही शिकलो होतो ना? लंडन, पॅरिस, न्यू यॉर्क. जगाचे बदलणारे इतिहास, भूगोल अभ्यासले होते ना?

परदेशातून शिकून आलेले युवराज म्हणून, परत आल्यावर केवढं कौतुक व्हायचं! दारादारांतून सुवासिनी ओवाळायच्या. निरांजनांतल्या त्या दोन ज्योतींचा अर्थ आज समजू लागलाय.

अजून वेळ गेली नाही.

भरल्या महासागरात ही प्रजा लोटून देण्यापूर्वी, निदान त्यांच्यापाशी भरपूर शिदोरी जवळ असू दे.

कोण जाणे यांचा नावाडी उद्या कोण असेल!

भारतीय लोकशाहीत या अडाणी प्रजेचं नेमकं स्थान कोणतं असेल?

गुन्हा न करताही केविलवाणं जगणाऱ्या जिप्सींचं?

कोण जाणे!

कोण जाणे! कदाचित उद्याचे लोकनायक यातूनच घडतील.

पण मी?

मी या रियासतीचा शेवटचा राजा! अनेक तऱ्हेचं जग बघितलेला.

अस्ताला जाताना या प्रजेचं कल्याण करतच गेलं पाहिजे.

सूर्यास्त झाल्यावरही आकाशात त्या तेजाची आभा बराच काळ, अनेक रंगांनी व्यापून राहते.

मग येतो काळोख!

पण त्यानंतर सूर्य उगवतो, तो ती तेजाची शलाका पुन्हा उधळतच!

आज आम्ही उभे आहोत तो संधिकाल आहे. संध्याकाळ! रात्रीच्या कुशीत शिरणारा संधिकाल!

मन बेचैन करणारा.

नाही अजयसिंह! ही वेळ हरवता कामा नये. खूप काही करायचं आहे, खूप काही.

महाराज भावनावेगानं उठले. शय्यागृहात जाऊन त्यांनी दरवाजा बंद केला. टेबललँप पेटवला. खणातला कागद काढून महाराजांनी लिहायला सुरुवात केली. सर्व लिहून पूर्ण झाले, तेव्हा कोवळा सूर्य आकाशात चढत होता.

बाहेर खुर्चीवर बसलेल्या मानसिंगांना ते म्हणाले, ''चला, आपण थोडं फिरून येऊ.''

''महाराज, आपण रात्रभर झोपला नाही?''

''हां! मन थोडं बेचैन होतं. पण आता हलकं झालं.''

बोलता-बोलता ते दोघं आमराईत आले. कोवळ्या मोहराचा वास घमघमत होता. वातावरण त्या वासानं भरून गेलं होतं.

''मानसिंग, आज मी मृत्युपत्र पूर्ण करून ठेवलं. असा दचकू नको मानसिंग. मरणाचं काही सांगता येत नाही. बेटं लपून-छपून पाठपुरावा करीत असतं. कधी समोर येऊन उभं राहील ना; त्या वेळी डोळ्यात डोळा घालून बघता आलं पाहिजे. स्वच्छ मनानं त्याच्या मिठीत शिरता आलं पाहिजे. आज मृत्युपत्र केलं आणि मन कसं हलकं झालं. मानू, या प्रजेचं भलं करता आलं पाहिजे. आजवरचा राजमुद्रेचा शिक्का निरर्थक ठरेल. पण जे काम आपण करून जाऊ ना, त्याचा शिक्का या जनमानसावर अनंत काळ रेंगाळत राहिला पाहिजे.''

क्षणभर थांबून महाराज मानसिंगांच्याकडे बघत म्हणाले, ''मानसिंग, मी आहे तोवर चिंता नाही. पण मी आधी गेलोच तर माझं स्वप्न तू पूर्ण कर. कारण माझ्या मृत्युपत्राचा एकमेव ट्रस्टी तू आहेस. राणीसाहेब अनपढ आहेत. युवराज अज्ञानी आहेत. ही सरदारमंडळी त्यांना भडकवतील. तुझ्यावर संशय घेतील. पण मानसिंग, मी जे लिहिलं आहे ना तेच तू कर. आज आपले कायदा सल्लागार हसबनीस, डॉ. मोरे व सर्व सरदार येतील. तू ट्रस्टी आहेस हे जाहीर होईल. साऱ्यांचं वैर,

असूया तुला सोसावी लागेल. पण दोस्त, दोस्ती निभाना यार!''

महाराज मानसिंगांचा हात हातात धरून म्हणाले. दोघांचे डोळे पाण्यानं भरले होते.

''मानू, एक जबरदस्त इच्छा मनात आहे. वाड्यात जुनी पेंटिंग्ज आहेत. तलवारी, बंदुका, कट्यारी यांनी शस्त्रागार भरलं आहे. राजमुद्रा, नाणी, शिक्के, पत्रव्यवहार, छायाचित्रं हे इतिहासाचे पुरावे कोपऱ्या-कोपऱ्यात आहेत. उद्या तनख्यावर जगावं लागेल. नोकर-चाकर कमी होतील. एवढा मोठा वाडा वापरता येणार नाही. वाड्याच्या दक्षिण भागाकडची दालनं रिकामी करू आणि सुरेख वस्तुसंग्रहालय उभं करू. पॅरिसचं लूर आठवतं? अरे, चित्रकाराचा तो रंगपिसारा पाहायला दोन डोळे पुरत नाहीत. आपण एक-एक दालन असं उभं करू की, बघणाऱ्यानं म्हटलं पाहिजे, Here lives the King. Long Live the King चल मानसिंग, आता उसंत नाही.''

महाराजांचं बदलतं रूप मानसिंग चकित नजरेनं बघत होते.

■

संध्याकाळ उतरत होती. रात्र चढत्या पावलांनी वर चढत होती. साऱ्या गाड्या मळ्याबाहेरच्या माळावर लागल्या होत्या. बंगलीसमोरच्या मोकळ्या जागेत खुर्च्या लावून ठेवल्या होत्या. निमंत्रित सरदार, जहागीरदार बसले होते. दूरवर हुरडा भाजल्याचा खमंग वास दरवळत होता. शेकोटीत शाळूची कणसं टाकणं आणि बाहेर काढून हातानं ती चोळणं यात सारे नोकर गुंतले होते. शेव, चिवडा, वेफर्स भरलेल्या बश्या मधल्या टेबलावर मांडल्या होत्या. वातावरण उल्हसित बनलं होतं. अशी हुरडा पार्टी दर वर्षी होई. पण यंदा महाराजांनी प्रत्येकाला आठवणीनं निमंत्रण दिलं होतं. महाराज अजयसिंह आले. सैलशी मखमली पैरण आणि पांढराशुभ्र पायजमा या वेषातले महाराज येताच सारे उठून उभे राहिले.

''बसा, बसा. आता हे रीतीरिवाज आपण विसरायला हवेत.''

''महाराज, कितीही बदल घडला तरी आपण आमचे राजेच आहात. ते मनावरचं रूप कधी पुसलं जाणार नाही.''

''दोस्त, आता आपण दोस्तच आहोत. मी एक फार मोठं स्वप्न बघतोय. जाता-जाता या प्रजेचं भलं करून जाण्याचं स्वप्न माझ्यासमोर आहे. प्रत्येक गावात एक शाळा, एक दवाखाना, तालुक्याला कॉलेज, हुशार मुलांना फ्रीशिप, शेतकऱ्यांना बी-बियाणं पुरवणाऱ्या संस्था, बायकांसाठी उद्योग, बालवाड्या सारं-सारं या थोड्या अवधीत उभं करायचं आहे. यासाठी तुमची मदत हवीय मला.''

''मदत? मदत कोणत्या स्वरूपात?''

''घाबरू नका माने, मी राजा आहे. तुमच्याजवळ पैशांची भीक मागणार नाही. सिंह पिंजऱ्यात अडकला तरी गवत खाणार नाही. या योजना राबवताना तुम्ही जातीनं लक्ष घालायला हवं. लवकरात लवकर या योजना पूर्ण व्हायला हव्यात. तुमची मदत यासाठी लागेल मला.''

''पण महाराज, इतका पैसा कसा उभा राहणार?''

''आमची खासगी जंगलं, माळरानं, खजिना सारं या कामी खर्चायचं आहे.''

''महाराज, स्पष्ट बोलतो. माफी असावी. पण वख्त बाका आहे. पुढचे दिवस अवघड आहेत. जे हाताशी आहे ते पण घालवून टाकायचं? उद्या संस्थानं खालसा झाल्यावर ते लोक आपल्याला विचारणार नाहीत. आणि त्यांची काळजी भारत सरकार घेणार आहे. आपण कशापायी कष्ट घ्यायचे?'' सरदार जगदाळे काळजीच्या सुरात म्हणाले.

''भारत सरकार म्हणजे आपणच ना? आणि ते जर आम्ही नसू, तर आमच्या प्रजेला बेवारस करून परक्यांच्या हाती सोपवतोय असं ठरेल. नाही जगदाळेकाका, हे काम लवकर सुरू करायचं. जंगलं, माळरानं सारं विकायचं ठरवलंय आम्ही. जरूर तेवढंच ठेवून, बाकी सारं विकून पैसा उभा करायचा आहे. तज्ज्ञ आर्किटेक्ट, इंजिनीअर्सनी शाळा, कॉलेजेस, दवाखान्यांचे नकाशे बनवून घ्यायचेत.''

महाराज भरभर बोलत होते.

''पर राजासाब, दान करताना योग्य ठिकाणी, योग्य तऱ्हेनं करा.'' घेलाचंद शेटजी सावधपणे म्हणाले.

''म्हणजे कसं शेटजी? सांगा तरी तुमची कल्पना.''

''म्हंजी समदा पैसा कुठेतरी गुंतवायचा. आनी तेच्या व्याजावर गरीब पोरास्नी शिकायला पैसा द्यायचा.''

''असं करण्यात फायदा?''

''फायदा सरळच आहे महाराज. पैसा आपलाच राहिला आणि आपल्या इच्छेप्रमाणे दानही झालं. उद्या परिस्थिती बिकट झालीच तर स्कॉलरशिप्स, ग्रँट्स बंद करता येती. आपला पैसा आपण वापरू शकतो.'' बांडगुळे म्हणाले.

''तेच तर आमी सांगते.'' घेलाचंद त्यांच्या हातावर टाळी देत म्हणाले.

''मंडळी, आपण समजून घ्यायलाच चुकता आहात. मला दान करायचं नाही. मला या प्रजेचं भलं करायचं आहे. पैसा... पैसा... सारा जन्म उपभोगला तरी तृप्त न करणारा तो एक शाप आहे. आजवर वैभवात जगलो. आणि हे सारं देऊनही काही कमी पडणार नाही. कमी पडलंच तर, त्या वेळीही या साऱ्या लोकांचं सुख बघून मनाला जे समाधान मिळेल ना त्याची किंमत कोणत्याही रत्नभांडारापेक्षा शतपटीनं

अधिक असेल.'' महाराज निर्धारानं म्हणाले.

''बच्चा; लई मोठी धाव हाय तुझी!''

म्हातारे महिपतरावकाका थरथरत उठले. महाराजांच्या जवळ जाऊन बोलले,

''आज थोरल्या राजाची लई आठवण येते. हरिश्चंद्रासारखा दान कराया उठलास खरं. युवराज आनी रानीसायेबांची सोय कर. तेनी मानानंच जगलं पायजे. न्हाईतर उद्या परजा इचारनार न्हाई का मंत्री इचारनार न्हाईत. आता समदं ग्वाड वाटतंया.''

''काकासाहेब, आपण चिंता करू नये. राजपरिवाराला काही कमी पडणार नाही. ती सारी जबाबदारी मी सरदार शिर्केवर सोपवलीय. माझ्या मृत्युपत्राचे, माझ्या इस्टेटीचे, युवराज सज्ञान होईपर्यंतचे विश्वस्त सरदार शिर्के आहेत.''

साऱ्यांच्या नजरा मानसिंगांच्यावर रोखल्या होत्या.

खमंग हुरड्याची चव अळणी झाली होती.

■

त्या दिवसापासून मानसिंगना उसंत नव्हती. वेगवेगळ्या कामांत ते गुंतत चालले होते. संस्थानच्या बारीक-सारीक नोंदी सुरू होत्या. गावांमागून गावं फिरत होते. नवीन बदलाचे सारे आराखडे आखले जात होते. चार-चार दिवस मुक्काम बाहेरच पडत होता.

काल रात्री ते खूप उशिरा घरी परतले होते. थकल्यामुळे आज उन्हं वर आली तरी त्यांना झोप लागली होती. खालच्या मजल्यावर आईसाहेब त्यांची वाट पाहत होत्या. पूजा वगैरे केव्हाच आटोपली होती. दिवाणजी समोर उभे होते. तुकारामनं बागेतले गुलाब तोडून आणले होते. ते गुलाब फुलदाणीत लावण्याचा तो प्रयत्न करीत होता. त्याची खटपट पाहून आईसाहेब म्हणाल्या,

''तुका, ते काम तुझं नाही. सखूला सांग जा. अरे, झेंडू आणि गुलाब एकत्र लावतात का? माझ्यानं तरी कुठं होतंय आता? सखूकडे दे ती फुलं आणि फ्लॉवरपॉट्स आणि तू वर जाऊन बघून ये मानसिंग उठलाय का.''

''तर जी, जेचं काम त्यानं करावं! वनीसाब समदी फुलं लई चांगली लावायच्या. आमास्नी कसं जमनार!'' फुलांचा पसारा उचलून आत जात तुका म्हणाला.

''दिवाणजी, कांचनमालांना मुलगा झाला. सुखरूप बाळंतपण पार पडलं. त्यानंतर तिकडून काहीच पत्र नाही. फोन नाही. काय करावं?''

''आईसाहेब, तो विचार आता सोडून द्यायचा. बाळंतविडा घेऊन मी स्वत: जाऊन आलो. बाळराजे दृष्ट लागण्यासारखे झाले आहेत. पण एकंदर वातावरण काही बरोबर वाटलं नाही. त्यांनी सर्व बाळंतविडा परत केला. दोन दिवस थांबलो,

पण वहिनीसाहेबांचं दर्शन झालं नाही. मामासाहेब परगावी गेलेले. कुणाला विचारायचं? म्हणून तसाच परत आलो. पण मनाला चैन नाही.''

''दिवाणजी, चूक आपली आहे. आपण वडीलमाणसं लग्न ठरवताना फक्त घराणं बघतो, खानदान तपासतो. पण ती मुलगी खरंच आपल्या संस्कारांशी जुळतं घेणारी आहे का, तेवढंच नेमकं बघत नाही. मानसिंगला समजून घेणारी पोरगी आपण शोधू शकलो नाही. चूक असेल तर ती आपलीच आहे.'' आईसाहेब खिन्न सुरात म्हणाल्या.

''क्षमा असावी आईसाहेब. जवळजवळ सर्वच लग्नं याच पद्धतीनं ठरतात. आमच्या चिरंजीवांचं लग्न ठरवताना आम्हीच मुलगी निवडली ना? संसार उत्तम चालला आहे. कारण आमच्या सूनबाईंना माहेरचं बळ नाही. जर असलं तरी ते वळणाचं पाणी सासरकडेच वळायला हवं, हे माहेरच्यांनी सांगावं लागतं. इथंच सारा घोटाळा आहे.''

''दिवाणजी, ती माणसं कांचनमालाला इकडे पाठवणार नाहीत. शिर्क्यांचा वंश ग्वाल्हेरात दुसऱ्यांच्या आश्रयानं वाढणार हेच पटत नाही.''

''एकवार आपण दोघांनी जाऊन तरी यावं. काहीतरी मार्ग निघेल.'' दिवाणजी हळूच पुटपुटले.

''कशासाठी? जिथे बाळंतविडा परत आला, बारसंही परभारे उरकलं गेलं. बाळाला माहेरी ठेवून सूनबाई युरोपला चालल्यात. अहो, सहा महिन्यांचं मूल ते. त्याला आयाच्या हाती सोपवून या परदेशी जाणार! माकडीणसुद्धा पोराला पोटाशी बाळगून झाडांवर फिरते, त्याला स्वतंत्र जगता येईपर्यंत वाढवते, जपते. आणि आपण माणसं? इतकाही पाश उरत नाही?''

''पण त्यांनी पाश तोडायचाच ठरवलाय, त्याला आपण काय करणार?''

''होय. दिवाणजी, सभ्यता, कुलाचार, मर्यादा पाळणाऱ्यांना हेच सोसावं लागतं. त्यांनी पाश तोडले पण माझे पाश मी तोडू शकत नाही. हे माझं दुःख आहे. मानसिंगला त्याचं सुख कसं मिळवून द्यायचं, या एकाच विचारानं मी अस्वस्थ आहे.''

तेवढ्यात चहाचा ट्रे घेऊन जिना चढताना तुका दिसला. डोळ्यातलं पाणी पदरानं पुसत आईसाहेब उठल्या. जिना चढून मानसिंगांच्या खोलीकडे त्या निघाल्या. कांचनमाला आल्यापासून त्या वरच्या मजल्यावर जात नसत. कितीतरी दिवसांनी त्या जिना चढत होत्या. मानसिंगांच्या खोलीसमोर येताच त्या थबकल्या. त्या जवळच्या टेरेसवर गेल्या. कोवळा सूर्य आकाशात उतरत होता. त्याची प्रभा आसमंतात पसरली होती. साऱ्या वातावरणात कोवळंपण उमलून गेलं होतं. त्यांची नजर बागेकडे गेली. सखूबाई तुळशीला पाणी घालत होती. त्या साध्या गारव्यानं

तुळस बहरली होती. डोलत होती.

रुक्मिणीला साडीचोळी । सत्यभामेला दोरवा। तुळसामाईला । थंड पाण्याचा गारवा ॥

कधीतरी ऐकलेली ओवी आईसाहेबांना आठवली. नकळत त्यांना जया आठवली.

साधी, आर्जवी, मृदू, नम्र. खरंच किती निरागस पोर आहे.

अशीच सून या वास्तूला हवी होती, पण चुकलं.

चुकलं हे समजतंय ना? चूक सुधारता येते.

पण आता आपण काय करू शकतो?

शामा हट्टी आहे. पोरीचं लग्न व्हावं, हा तिचा हट्ट बरोबर आहे.

ग्वाल्हेरकर धड संबंध तोडणार नाहीत आणि टिकवणारही नाहीत.

यात मानसिंगचं काय होणार?

त्यानं हे वैराण जीवन का पत्करायचं?

डायव्होर्स?

पण हे प्रतिष्ठेला सोसवणारं, शोभणारं नाही.

प्रतिष्ठा! फक्त प्रतिष्ठा!!

काय होईल? चर्चा होईल. अफवा उठतील. आणि त्यांनी डायव्होर्स नाकारला तर... कोर्टकचेऱ्या.

त्या कुणी पत्करायच्या?

मग यातून मार्ग?

यातून मार्ग शोधायलाच हवा.

आजवर नाही शोधला? थोडी का संकटं आली?

विचाराच्या भरात आईसाहेब माघारी वळल्या. वळता-वळता त्यांची नजर खाली गेली. सखूबाईनं तुळशीची पूजा आवरली होती. हळद, कुंकू, फुलं ल्यालेली तुळस सुवासिनीप्रमाणे वाटत होती. तिच्या सावलीखाली बाळकृष्ण विसावला होता. ते बघून आईसाहेबांच्या चेहऱ्यावर नकळत हसू उमटलं. वाट गवसत होती. स्वत:ला सावरून त्या मानसिंगांच्या खोलीत गेल्या आणि त्यांची पावलं दारातच थबकली. त्यांना उत्तरही गवसलं होतं. कॉटनजीकच्या टीपॉयवर मानसिंग जयाला बक्षीस देतानाचा फोटो फ्रेम करून ठेवला होता. बक्षीस देतानाचं मानसिंगांच्या चेहऱ्यावरचं हे हसू अलीकडे मावळलंच होतं. जयाच्या सुरांनी सारी खोली भरून गेली होती. पाठमोरे मानसिंग आरामखुर्चीत विसावले होते. दारात उभ्या असलेल्या आईसाहेबांची सावली समोरच्या भिंतीवर पडली होती. ध्यानी आलं तसे, मानसिंग गडबडीनं आले.

''आईसाहेब, आपण वर कशा आलात?''

"अलीकडे तुम्ही भेटत नाही. नवीन-नवीन बदल घडताहेत. ऐकतेय मी. पण फार दगदग करू नका." टेबलावरचा फोटो हातात घेत त्या म्हणाल्या.

"खरं सांग मानसिंग; तुझ्या मनात काय आहे?"

"माझ्या मनात? माझ्या मनात काय असणार? आहे ही परिस्थिती स्वीकारायची. तुम्ही माझी काळजी करू नका. मला कामातून उसंतच नाही. मला या कामात खरंच आनंद मिळतो. केवढं भव्य स्वप्न आहे."

"कांचनमालाचं पत्र आलं?"

"आलं."

"आलं? काय म्हणतात? कधी येणार? बाळ कसं आहे?"

"त्या येणार नाहीत. त्यांना युरोपला जायला पैसे हवे होते. काल ड्राफ्ट पाठवला." तुटकपणे मानसिंग म्हणाले.

"पैसे पाठवलेत का?"

"सभ्य पुरुष दुसरं काय करू शकतो आईसाहेब?"

"अरे, तिचं माहेर तालेवार ना? मग पैसे का मागते?"

"पैसे मागतात हक्क शाबूत राखण्यासाठी! त्या येणार तर नाहीतच. पण हक्कही सोडणार नाहीत."

"मग आपण हे असंच सोसायचं?"

क्षणभर खोलीत शांतता पसरली.

"मानसिंग, तुला जया कशी वाटते?" आईसाहेबांनी विषयाला हात घालताच मानसिंग चमकले. स्वतःला सावरत ते म्हणाले, "जया ना! चांगली मुलगी आहे पण त्याचं काय?"

"तुला आवडते ना? मलाही फार आवडलीय. खरंच मानसिंग, हीच मुलगी तुला खरी सोबत देईल. दुर्दैवानं तिचा जन्म शामाच्या घरी झाला. आणि शामासुद्धा फार स्वाभिमानानं जगली आहे. तिनं पोरीला कशी वाढवली आहे ते मला माहीत आहे. अरे, जया एका खानदानी माणसाची मुलगी. जर त्यांनी शामाशी लग्न केलं असतं तर, मी हीच मुलगी सून म्हणून पत्करली असती. केवळ चार अक्षता टाकल्या की, त्या नात्याला पावित्र्य लाभतं असं समाज मानतो. पण असं मानणारा समाजसुद्धा आता बदलत चाललाच आहे ना? या संस्थानांचं, राजाचं, प्रजेचं, देशाचं रूपच पालटत चाललं आहे. मग आपणसुद्धा आपले विचार बदलायला हवेत."

आपल्या आईचं एक निराळं रूप चकित नजरेनं मानसिंग बघत होते. हा विचार हजारदा मनात येऊनसुद्धा जे बोलण्याचं बळ मानसिंगांना नव्हतं, ते धारिष्ट्य आईच्या ठिकाणी बघून मानसिंग स्तिमित झाले होते.

"मानू, अरे कधीतरीच लाभणारा हा माणसाचा जन्म. तो कुणाच्या तरी चुकीनं असा उद्ध्वस्त का करायचा? सुखी होण्याचा हक्क प्रत्येकाला आहे. फक्त आपलं वागणं चोख आहे, याचा विश्वास आपल्या मनाला असला पाहिजे."

"म्हणजे? तुमच्या मनात काय आहे?"

"मानू, मी उद्या शामाला बोलावून घेणार आहे. आणि सरळ जयाला मागणी घालणार आहे."

"आईसाहेब, काय बोलतायत आपण? जयाला मागणी?"

"हो ना! लोक म्हणतील मला म्हातारचळ लागलाय. म्हणू देत. आजवर अंगवस्त्रं बाळगतच होते ना? तेव्हा कुणी निषिद्ध मानलं नाही, मग मी तर या मुलीला लग्न करून आणतेय, यात काही वाईट करत नाही."

"पण आईसाहेब, आपला समाज संकुचित आहे. जयाला सून म्हणून आणणं त्याला पटणार नाही. चारी बाजूंनी गदारोळ उठेल. त्याला आपण तोंड देऊ. पण जया? तिला हे का सोसायला लावायचं?"

"मानू, जिथं खरं मन जडतं ना, तिथं काहीही सोसण्याची माणसाची तयारी असते. जयाला आपण दोघंही जपू. येईल ती झळ आपण सोसू. आणि मानसिंग, आतातरी सुख कुठे आहे? नको ते ओझं लादून घ्यायचं आणि कुढत जन्म काढायचा. असलं जगणं समाजमान्य असेल, पण आपलं काय?" आईसाहेब आवेशानं बोलत होत्या.

"आपलं? आपण तरी आपलं सुख कुठं बघितलंय?"

"नाही ना! म्हणूनच तर आता तुझं जीवन मी उद्ध्वस्त होऊ देणार नाही. पण खरं सांग मानसिंग." भरल्या गळ्यानं त्या म्हणाल्या, "पण त्यानंतर तरी तू सुखी होशील ना?"

मानसिंग उठले आणि आईसाहेबांच्या पायाशी बसले. त्यांचं डोकं मांडीवर घेऊन आईसाहेब त्यांच्या मस्तकावरून हात फिरवत होत्या.

"मानसिंग, सरकारांच्या मागे सारा रगाडा एकटीनं ओढला. फक्त एकच इच्छा मनाशी धरली – तू सुखी व्हावंस. एक दान हुकलं म्हणून पट उलटून टाकायचा नसतो, तर दुसरा डाव सावधपणे मांडायचा असतो. जया चांगली मुलगी आहे. मानू, सुखी राहा. पण एकच गोष्ट कर. त्या पोरीला मात्र जप."

आईसाहेबांचे अश्रू मानसिंगांच्या मस्तकावर पडत होते. त्यांच्या मांडीवर विसावलेल्या मानसिंगांना खूप दिवसांनी शांतता लाभली होती.

दुपारची वेळ होती. आईसाहेबांच्या खोलीत शामाबाई व आईसाहेब दोघीच बसल्या होत्या. बैठकीवर तक्क्याला टेकून किंचित कलत्या बसलेल्या आईसाहेबांनी आज का बोलावलं असेल याचा विचार शामाबाईंच्या मनात चालला होता. बैठकीच्या एका टोकाला संकोचून त्या बसल्या होत्या. वाड्यात आणि खोलीत शांतता पसरली होती.

"शामा, आज तुला का बोलावलं या विचारानं तू गोंधळली आहेस ना? तुझ्याशी खूप बोलायचं आहे. खूप दिवस मनात विचार येत होते, पण काल शेवटी निर्णय घेऊन तुला निरोप दिला. तू आज आलीस. फार बरं वाटलं."

"आईसाहेब, परक्यासारखं बोलू नका. आजवर आपण बोलवलं आणि मी आले नाही असं कधी झालंय का? न बोलावताही येतच होते की!"

"ते दिवस फार वेगळे होते. त्या वेळी तू माझ्याकडं काही मागायचीस. आज मी तुझ्याजवळ काही मागणार आहे, देशील?"

"आईसाहेब, माझा जीव ओवाळून टाकला तरी तुमच्या उपकाराची फेड होणार नाही. कारण हा जीव तुम्ही जगवलाय. देण्यासारखं एवढंच आहे माझ्याजवळ!" शामाबाई म्हणाल्या.

"तुझा जीव घेऊन काय करू गं बाई! नाही शामा. मी जे मागणार आहे ते तुझ्या जिवापेक्षा मोलाचं आहे, देशील?"

"काय?"

"जया. मी जया मागतेय! मानसिंगसाठी!"

"आईसाहेब!"

शामाबाई आईसाहेबांच्या पायावर कोसळत रडू लागल्या.

"आईसाहेब." शामाबाईंना बसल्या जागी हुंदका फुटला, "जयाला मागितलंत? त्यापेक्षा जळत्या इंगळांवरून या शामाला चालायला सांगायचं होतं! यासाठी आजवर अन्न घातलंत? मी किती वणवा सोसलाय ठाऊक आहे? शामाची पोर म्हणून सगळे लांडगे जिभा चाटत फिरत आहेत, मी भिकारीण. हे रत्न फाटक्या पदराआड लपवून दिवस काढलेत. आता या भिकारणीचं रत्न तुम्ही मागावं?"

"शामा, ऐक जरा."

"काय ऐकू? माझ्या पोरीला माझ्यासारखं डागळलेलं जीवन जगताना मी बघू शकणार नाही. धाकलं सरकार परवा देवळात येऊन पोरीला भेटले. तेव्हाच मी ओळखलं होतं. तुम्ही श्रीमंत माणसं. तुमचं वळण सुटणार नाही. म्हणून मी पण त्याच वळणानं जावं?"

"पण शामा." आईसाहेब त्यांना थांबवण्याचा प्रयत्न करीत होत्या.

"आईसाहेब, तुमचा शब्द मी मोडणार नाही. पण त्या आधी या शामाला विष द्या. मग पोरीला घेऊन चला." शामाबाईला बसल्या जागी हुंदका फुटला.

"शामा, अगं नीट ऐकून तर घे. ऊठ बघू! शांत हो!" पेल्यातलं पाणी त्यांना देत आईसाहेब म्हणाल्या.

त्यांना शांत झालेलं बघून आईसाहेब बोलल्या.

"शामा, जशी लहानपणी होतीस तशीच आहेस बघ, उतावळी. मी काय म्हणते ते नीट ऐकून तरी घेशील!"

"मला जयाचं लग्न करायचं आहे, मग तो झोपडीत राहणारा गरीब असू दे. श्रीमंताची चैन म्हणून माझी पोरगी जगणार नाही."

तुटकपणे शामाबाई म्हणाल्या. त्या आता सावरल्या होत्या.

"मीसुद्धा जयाला मागणीच घालतेय. बोल; माझी सून म्हणून जयाला देशील की नाही? कांचनमाला इथे कधीच रमल्या नाहीत. मानसिंगांना त्यांनी आपला मानलं नाही. केवळ चार अक्षता पडल्या म्हणून जन्माचं बंधन ठरत नाही. आणि अक्षता न पडतासुद्धा तू मात्र ते बंधन जन्मभर पाळत राहिलीसच ना? नाही शामा, आपणच हे सारं बघायला हवं."

"म्हणजे नुसतं लग्न झालं असं समजून एकत्र राहायचं? लग्न झालं असं आपण म्हणू. पण लोक म्हणायचं तेच म्हणणार ना?" शामाबाई उपरोधानं म्हणाल्या.

"नाही शामा. तुझं जेवढं जयावर प्रेम आहे तेवढंच माझंही आहे. तिला फसवणं मला जमणार नाही. या घरात जया येईल ती माझी सून म्हणून मानानं येईल. धर्माच्या, देवा-ब्राह्मणांच्या साक्षीनं ती या घरात येईल."

"पण आईसाहेब, दुसरं लग्न केलं तेसुद्धा जयाशी... तर केवढा गदारोळ उठेल?"

"ते माझ्यावर सोपव. पण हे लग्न होईल, ते कायद्यानंच होईल. इतका तरी विश्वास ठेवशील ना? शामा, मी मानसिंगाचं सुख शोधतेय. तू जयाचं सुख शोधतेस. आणि ही दोन्ही मुलं एकमेकांत आपलं सुख शोधताहेत. माझा मानसिंग फार दुखावला गेलाय. फार पोळून निघालाय. त्याला जया आवडलीय. पण तो तोंडानं कधी उच्चारणार नाही. शामा, मग आपणच यातून वाट काढून त्यांचं सुख त्यांना मिळवून द्यायला नको?"

"आईसाहेब, धाकले सरकार जयाला देवळात भेटून गेल्यापासून जया अगदी पार बदलून गेलीय. बोलत नाही की हसत नाही. कारण मीच ही कठोरपणानं वाट बंद केली होती. मी दुबळी आई. दुसरं काय करू शकणार होते? तिचं सुख कसं देणार होते तिला?"

"शामा, आता ते वेडे विचार सोडून दे. आजवर ठेवलास तसा विश्वास माझ्यावर ठेव. तुझी जया निर्धास्तपणे माझ्यावर सोपव. माझं घर आनंदानं भरून

गेलेलं बघितलं की, मी मरायला मोकळी झाले.''

शामाबाईंना रडण्याचा आवेग आवरत नव्हता. पुन्हा त्या आईसाहेबांच्या पायांवर कोसळल्या.

''आईसाहेब, आता मी पण मरायला मोकळी झाले. या पोरीच्या काळजीनं जीव पोखरून गेला होता. आईसाहेब, तुमचं मन फार-फार मोठं आहे. तुमचं खानदान, कूळ सगळं विसरून माझ्या फाटक्या घरातली पोर सून म्हणून मागताय. दुनियेची एकच कडू चव चाखत मी जगलेय, पण तुमच्या देणगीनं आज देवानं माझं सारं जगणं बदलून टाकलं. माझी पोर तुम्ही पदरात घ्या आईसाहेब, पदरात घ्या. तिला सांभाळता-सांभाळता मी थकलेय.''

''शामा...'' त्यांच्या केसांवरून मायेनं हात फिरवत आईसाहेब बोलत होत्या. ''शामा, मी जात मानत नाही. जात माणसानं घडवली; पण माणसाचं मन मात्र देवानं घडवलंय. ते मन मी मानते. आजवर तू तुझ्या घरात कुढत राहिलीस. मी... मी या वाड्यात कुढत जगले. कारण या जातीचं, कुलाचाराचं काटेरी कुंपण भोवती होतं. पण त्याच काटेरी कुंपणावर जया आणि मानसिंगसारखी निरागस मनाची मुलं जन्माला आली. त्यांना या काटेरी कुंपणातनं वाट आपणच दाखवायला पाहिजे. नाहीतर ती कोमेजून जातील गं!''

दोघींच्याही मनांचे बांध कोसळले होते, आजवर साठलेले अश्रू अनिर्बंधपणे वाहत होते.

आणि त्यांतूनच एक निरागस प्रीतीचा कोवळा अंकुर उमलत होता.

■

शामाबाईंच्या घरी खाँसाहेब, मामा, शामा, जया, हसीना बैठकीवर बसले होते. शामाबाईंनी सांगितलेल्या वार्तेनं सारे सुखावले होते. पण मनातून सचिंत होते.

''आक्का, आणि चार दिवसांनी गोव्यात पोरीचं लगीन लागायचं म्हणतेस, पण ते लग्न कायदेशीर ठरेल ना?''

मामांनी शंका काढली.

''मामासाब, गोवा पोर्तुगीज सरकारचं राज्य आहे. तिथले कायदे-कानून वेगळे आहेत. शिवाय लग्न रजिस्टर होणार. शंका कसली?''

''अल्ला की दुवा से सब ठीक हो जायेगा। मेरी बिटिया रानी बनेगी।'' खाँसाहेब भरल्या गळ्यानं म्हणाले.

''शिवाय दादा, आजवर आईसाहेबांनी जगवलं. त्यांनी स्वच्छ वाटेनं चालायला शिकवलं. त्या करणार ते आपल्या भल्यासाठीच ना?''

''पण आई, जयाला हे पसंत आहे का?'' हसीना हसत म्हणाली.

जया अधोमुख बसली होती. तिनं मान वर करून हसीनाकडे पाहिलं. तिच्या मुखावर लटका राग पसरला होता. एकीकडे ती मिश्कील हसत होती.

''चला, आपण राममंदिरात जाऊ.''

''थांब जया! आता निघायला तीन दिवसच राहिलेत. तुझे कपडे, बॅग सर्वकाही आवरायला हवं. तुझ्या पसंतीनं संध्याकाळी बाजारात जाऊन साड्या आण.'' शामाबाई म्हणाल्या.

''आई, गोव्याहून परत इथेच यायचं ना?''

''वेडाबाई, परत आम्ही येऊ. तू मात्र पुण्याला जायचं. पुण्याचा बंगला तुमच्यासाठी तयार केलाय आईसाहेबांनी. तिथे आईसाहेब वाट बघत असतील – नव्या सूनबाईची.'' शामाबाई कौतुकानं म्हणाल्या.

''आई! पण माझं गाणं? बंद होणार?''

''नाही बेटा. मी पुण्यालाच येऊन राहणार आहे. काल मानसिंगजींनी बोलावून घेतलं मला. म्हणाले, जयाचं गाणं फुललं पाहिजे. तुम्ही पुण्याला येऊन राहा. सोबत होईल. आणि गाणं पण चालू राहील.'' खाँसाहेब म्हणाले.

हसीनाचा हात धरून जया तळीकडे चालू लागली. सावली बघून दोघी बसल्या. जयाच्या गालांवर गुलाब फुलले होते. ती तळ्यात उमटलेल्या लहरी एकटक पाहत होती. अचानक हसीनाचा हात धरून ती म्हणाली,

''हसीना, मला फार भीती वाटते.''

''भीती? कसली भीती?''

''नाही गं कांचनमाला आहेत ना! उद्या या लग्नाची बातमी सर्वांना समजेल, तेव्हा त्या काय करतील? या लग्नानं ते सुख शोधताहेत. पण न जाणो वादळच समोर आलं तर? आजवर थोडं का सोसलं!''

''हे बघ जया, ज्यांनी एवढं धाडसानं लग्न ठरवलं, त्यांची हे वादळ सोसायची तयारी असणारच! आजवर तू एकटी होतीस. पण आता तुझ्या मागं खंबीरपणे कोणीतरी उभं आहे. तू फक्त त्याला जप!''

हसीना कधी नाही ते मोठ्या माणसासारखं बोलत होती.

''चला!'' जया उठत म्हणाली.

दोघी मंदिरात गेल्या, नुकताच अभिषेक झाला होता. ताज्या फुलांच्या हारांनी राम-सीता झाकून गेले होते.

''हसीना, समजतंय तशी या मूर्तींना रोज बघत आले. माझ्या हातानं फुलं चढवत आले. यांना बघितल्याशिवाय मला चैन पडणार नाही.''

''वेडे, तुझी पूजा देवानं मानली. इतका चांगला नवरा मिळाला.''

जया सीतामाईकडे बघत होती. सीतास्वयंवरातली लाजरी सीता, वल्कलं नेसून वनवास सोसणारी सीता, भूमीच्या कुशीत शिरणारी सीता....

ती सीतामाई जयाकडे हसऱ्या नजरेनं बघत होती. तिच्या नजरेतला स्नेह बघण्यात जयाचं भान हरपून गेलं होतं.

समोरची वाट चांदण्यानं निथळून गेली होती.

■

समोरचा निळा दरिया बघण्यात जया हरवून गेली होती. पुढ्यातला अथांग दरिया, त्यावर निथळणारं चांदणं, वर पसरलेलं आभाळ, काठावरची चांदण्यानं न्हालेली नारळाची झाडं, वाऱ्यानं चमकणारी त्यांची पानं, सागराच्या किनाऱ्यावर धडकणाऱ्या लाटा. सारी नवलाई नजरेत साठवत जया उभी होती. आज सकाळीच महालक्ष्मीच्या साक्षीनं तिचं लग्न लागलं होतं. हातातला हिरवा चुडा, अंगावरचा हिरवा चंदेरी शालू, केसातले सुगंधी गजरे ल्यालेली जया समुद्राचं ते भव्य रूप पाहत होती. ते बघताना आई-मामांच्या वियोगाचं दुःख नकळत हलकं झालं होतं. हसीना, खाँसाहेब हे सगळे रामपूरला परतले होते. समुद्रकिनाऱ्यालगतच्या छोट्या बंगलीत जया आणि मानसिंग उतरले होते. लहानशा टेकडीवर ती टुमदार बंगली होती. पायाशी फेसाळता सागर होता.

जया प्रथमच असा विशाल सागर पाहत होती. भरतीची वेळ होती. लाटा रौद्रावत, फेसाळत किनाऱ्यावर आपटत होत्या. फुटत होत्या. त्यांचे शुभ्र तुषार उडून परत पाण्यातच विलीन होत होते. ती उडणारी शुभ्र फुलं बघून जयाला राममंदिराजवळचा पारिजात आठवला. नकळत तिचं मन कातर बनलं. आपण एकट्याच उभ्या आहोत, याचं भान येऊन ती मागे वळली. मानसिंग दारात उभे होते. काय करावं ते न समजून जया दोन पावलं मागे सरकली.

"काय बघत होता?" मानसिंग कठड्याला रेलून समुद्राकडे बघत म्हणाले.

"मी प्रथमच समुद्र बघितला ना! मला वेडीला असं वाटायचं, आमचं राममंदिरालगतचं तळंच सर्वांत मोठं असेल. पण समुद्र केवढा भव्य आहे. तुमच्यासारखंच त्याचंही मन फार मोठं आहे."

मानसिंगांनी चमकून जयाकडे बघितलं. नव्या नवरीचा साजशृंगार ल्यालेली ती रूपवती बघून मानसिंग सुखावले. आजवर हेच रूप त्यांना मोहवत होतं. घायाळ करत होतं. आता ते समोर हाताच्या अंतरावरून अनुनय करीत होतं. आर्जव करत होतं.

"जयाऽ" जड आवाजात मानसिंग म्हणाले, "जया, खरं मोठं मन तुझं आहे. माझं लग्न झालंय. एक मुलगा आहे. या कशाचा विचार न करता तू माझी साथ

पत्करलीस. खूप सोसावं लागेल. पण विश्वासानं माझी झालीस. फार मोठं आव्हान स्वीकारलंस जया.''

जया हलकेच त्यांच्याजवळ येऊन उभी राहिली. तिच्या शरीराचा कंप तिलाच जाणवत होता.

हलक्या सुरात ती म्हणाली, ''तुम्ही कुलवान. खानदानी कुळातले. राजघराण्यात तुमचं उठणं-बसणं. दुसरं लग्नच करायचं होतं, तर त्याच तोलाच्या मुली मिळाल्या असत्या. ते सारं सोडलंत आणि मी, एक रस्त्यावरची गारगोटी. मला पत्करलीत, कशासाठी हे धाडस केलंत?''

तिला आवेगानं मिठीत घेत मानसिंग म्हणाले, ''जया, आजवर मी चुकूनही कुणाचं वाईट चिंतलं नाही. पण माझ्या वाट्याला फार मोठा पराभव आला. त्या वादळी वाऱ्यात मी एकटा गुदमरत होतो. एकटाच किनारा शोधत होतो. आज तुझ्या रूपानं किनारा मिळालाय. आता वादळात गुरफटलो तरी माझे पाय किनाऱ्यावर मी टेकले आहेत.''

त्यांच्या मिठीत गुदमरून गेलेली जया सुखानं मोहरून गेली होती.

तिचा चेहरा हातात धरून मानसिंग तिच्या डोळ्यांत आपलं रूप पाहत होते. समोरचा समुद्र दाखवत ते तिला म्हणाले,

''जयू, तो समुद्र बघितलास? केवढा भव्य! किनाऱ्याकडे झेपावणारा. पण मर्यादा जाणून असणारा! वेडे, या लाटा किती रूपांनी किनाऱ्याला बिलगतात बघ! किनाऱ्यालगत येणाऱ्या लाटा या त्याच्या मनातल्या वादळाचं प्रतीक आहेत. पण जरी या लाटा उसळल्या तरी त्यामागचं त्याचं रूप केवढं भव्य गंभीर आहे. किनारा दिसला की, त्याचं भान हरपतं. आणि एकाच ध्यासानं तो वेडा होतो. किनाऱ्याला भेटणं आणि त्या ध्यासातून या लाटांचा उगम होतो. कधी फेसाळत, कधी गर्जत, कधी नाजूकपणानं सागरकिनाऱ्याला आपल्या कवेत घेतोय. या वेळी वादळाची आठवण कशासाठी?''

त्यांच्या खांद्यावर जयाची मान विसावली होती. आपल्या मिठीतलं नाजूक शिल्प खरं की, नेहमीप्रमाणेच स्वप्नं बघतोय हे मानसिंगांना समजत नव्हतं. सभोवारचा गरजणारा समुद्र, रेतीचा ओला वास, सळसळणारे माड, परिसर वेढून टाकणारं चांदणं, कशाचंच भान त्या विश्वासानं विसावलेल्या दोन जीवांना नव्हतं.

भरतीच्या समुद्राच्या पाण्यानं सारा किनारा भरून गेला होता.

समुद्र व किनारा यांच्यातलं अंतर सरलं होतं.

पौर्णिमेचा चंद्र नवलाईनं ते मीलन बघत होता.

पुण्याच्या बंगल्याच्या फाटकांतून गाडी आत शिरली. समोरच्या वळणदार मेंदीच्या ताटव्याला वळसा घालून गाडी पोर्चमध्ये उभी राहिली. दारात सखूबाई पाण्याचा तांब्या घेऊन उभी होती. तांब्यातल्या पाण्यानं त्या दोघांची पावलं भिजवून, थोडं पाणी डोळ्यांना लावत सखूबाईनं कानशिलावरनं बोटं मोडत अलाबला घेतली. तबकातली निरांजनं पेटवून त्या दोघांना ओवाळलं. व्हरांड्यात आईसाहेब उभ्या होत्या. दारात ठेवलेलं माप ओलांडून जयानं घरात पाऊल ठेवलं. दोघांनी आईसाहेबांना नमस्कार केला.

आणि जयाला आपल्या मिठीत घेत त्या पुटपुटल्या, ‘‘सुखी हो पोरी!’’

देवघरातल्या पाटावर मानसिंग आणि जया बसली. समोर थोरल्या सरकारांचा फोटो होता. देव्हाऱ्यात रामसीतेच्या सुबक मूर्ती होत्या. त्या बघून जयानं अभावितपणे हात जोडले. तिची पाठराखीण सीता या घरातपण होतीच – ती पाटावरून उठणार तोच आईसाहेब आत आल्या. त्यांच्या हातात एक डबा होता. जयासमोरच्या पाटावर बसून डब्यातला एकेक दागिना त्या जयाच्या अंगावर चढवत होत्या. शेवटी हिऱ्याची लखलखणारी नथ हातात घेत त्या म्हणाल्या.

‘‘ही मात्र तुझी तू घाल बाई. नाहीतर म्हणशील. सासूबाईनं नाक दुखवलं.’’

त्या साऱ्या प्रकारानं जया पार संकोचून गेली होती. नथ घालून आईसाहेबांच्या पाया पडत असताना आईसाहेब तिला जवळ घेऊन म्हणाल्या,

‘‘आयुष्मान भव! जया, एकच मागणं मागतेय. माझ्या मानसिंगला जप. आता त्याला तुझ्या हाती सोपवतेय. फार वर्षं हा भार सांभाळला. आता पार थकून गेलेय. हे घर, नोकर-चाकर सारं वैभव तुझं आहे, आनंदानं इथं राहा!’’

एवढ्यात सखूबाई लहान कळशी घेऊन आली. तिला बघून आईसाहेब म्हणाल्या, ‘‘हो! एक राहिलंच की. चला.’’

जयाला घेऊन त्या मागील दारी आल्या. सुरेख तुळशीवृंदावन होतं तिथे समोरची जागा सारवून त्यावर रांगोळी काढली होती. तुळशीचं रोप सखूबाई त्यात लावत होती.

जयाच्या हाती कळशी देत ती म्हणाली, ‘‘वैनीसाब, पानी घाला जी –’’

जयानं हळद-कुंकू लावून पूजा केली. आईसाहेब म्हणाल्या, ‘‘पोरी, आजवर इथे वृंदावन होतं. पण त्यात तुळस नव्हती. आता तू आलीस ना! इथे तुळस फुलेल. मानसिंग, चला; सूनबाई दमल्या असतील. त्यांना माडीवरची खोली दाखवा. तोवर मी जेवणाचं बघते.’’

मानसिंगांच्या पाठोपाठ संकोचानं जिना चढणाऱ्या जयाकडे आईसाहेब भरल्या नजरेनं बघत होत्या. चकित नजरेनं जया ते वैभव बघत होती. बंद खोलीचा दरवाजा उघडून मानसिंग आत गेले. आणि नाटकी आविर्भावानं म्हणाले,

"सर्व वैभवाच्या स्वामिनी जयादेवी! मी आपलं स्वागत करतो."

जया लाजून हसली. तिला मिठीत घेत मानसिंग म्हणाले, "तुझं नाव मी बदललंय. आजपासून तुझं नाव 'मंजिरी.' माझी 'तुळस-मंजिरी.' मला खरंच वाटत नाही की, तुझ्या रूपानं देवानं इतकं सुख माझ्या नशिबात ठेवलं होतं. मधले सारे दिवस होरपळून गेले. आज तू तुळस लावलीस ना, ते बघताना मी केवढा सुखावलो होतो! याच तुळस-मंजिरीनं मला नेहमी बेचैन केलं होतं. आज ती माझी आहे. तिच्या पावित्र्यानं, साधेपणानं मी भारावून गेलो आहे."

लाजून दूर जाणारी जया अभावितपणे ड्रेसिंग टेबलाच्या आरशासमोर थबकली. स्वत:चं बदललेलं रूप चकित नजरेनं ती बघत होती. ती नथ, तो गुलाबी शालू, कपाळावरचं रेखीव कुंकू, गळ्यातलं हिऱ्याचं मंगळसूत्र. केवढी वेगळी वाटत होती! मानसिंग जवळ घेत म्हणाले,

"ओळख पटत नाही स्वत:ची? मला मात्र घायाळ पाखरू हातात घेऊन उभी असलेली जयाच आठवते. आता उभ्या आहेत त्या जयादेवी शिर्के." टीपॉयवर जयाला बक्षीस देताना घेतलेला फोटो होता, त्याच्याकडे बघत मानसिंग म्हणाले.

जया म्हणाली, "खरंच, मलादेखील खरं नाही वाटत! आईसाहेब, तुम्ही – किती मोठी मनं आहेत तुमची! मागचं काही मनात न आणता मला या घरात आणलंत."

तिच्या गुलाबी ओठावर दोन बोटं टेकवत मानसिंग म्हणाले,

"अहं, मागचं कुणीच काही आठवायचं नाही. ती वाट केव्हाच मागे सरली. आता वाट आहे फुलांनी भरलेली. चांदण्यानं निथळणारी. खरं ना?"

सुखानं जयानं डोळे मिटून घेतले. न जाणो, त्या सुखाच्या क्षणांना तिचीच दृष्ट लागली असती.

■

त्या दिवसापासून सारा बंगला बदलत होता. माळ्यानं बागेकडे लक्ष द्यायला सुरुवात केली होती. नर्सरीतून वेगवेगळी गुलाबाची कलमं आणून लावली जात होती. जयाची खास आवड म्हणून पारिजात, बकुळी, जाई, जुई... सारी झाडं-वेली नव्या बागेत सजत होती. बागेतल्या जांभळांच्या झाडाची सावली साधून लाकडी झोपाळा बसवून घेतला होता. त्याच्या नव्याकोऱ्या पितळी कड्या उन्हानं चमकत असत. दिवाणजी आणि आईसाहेब कमी पडणारी भांडी, काचेचं सामान बाजारातून आणत होत्या. जयाच्या पसंतीनं कपडा आणून पडदे, बिछायतीनं बंगला सजत होता आणि एक दिवस सकाळी खाँसाहेब तानपुरे, तबला सर्व घेऊन पुण्याला आले.

त्यांच्या राहण्याची सोय बंगल्यामागे खास खोलीत केली होती, जयाच्या सुरेल आवाजानं सारा बंगला भरून जाई. आईसाहेब कौतुकानं तिचं गाणं ऐकत. सारं जीवन आनंदानं भरून गेलं होतं.

एके दिवशी दुपारी मानसिंगना महाराजांचं पत्र आलं. त्यांना ताबडतोब रामपूरला बोलावलं होतं. मानसिंग निघण्याची तयारी करीत होते. शंकेनं कातर झालेली जया त्यांच्या भोवती घोटाळत होती.

"हे पाहा, आता परत कधी येणार?"

डोळ्यातली पाण्याची तळी भरून आली होती. तरी उगीचच गंभीर चेहरा करून मानसिंग म्हणाले, "हो, तोच खरा प्रश्न आहे! आता एक वर्षभर तरी आता येणार नाही."

"एक वर्ष?"

तिला जवळ घेत मानसिंग म्हणाले, "जया, एक महिना कसा गेला समजलं नाही. तू जीवनात आलीस आणि सारं जगच बदललं. पण महाराजांचं काम तेवढंच मोलाचं आहे. कोण जाणे किती दिवस लागतील. पण वेळ मिळाला की मी येईन. फक्त पाच तासांचा तर प्रवास! आईसाहेब इथेच आहेत. खाँसाहेब, सखू, मुरली, माळी, आपली बाग... सारं आहे. शिवाय चोवीस तास माझं मनही इथेच आहे. अरे हो, एक द्यायचं राहिलं!" म्हणत मानसिंगांनी एक लिफाफा उघडून जयाच्या हाती दिला. बंगला तिच्या नावावर झाल्याचं ते बक्षीसपत्र होतं.

"यात काय आहे?" जयानं तो बंद लिफाफा हाती घेत कुतूहलानं विचारलं.

"माझ्या मंजिरीचं वृंदावन."

"म्हणजे?"

"हा बंगला तुझ्या नावावर केलाय. तुझं घर. आपलं हक्काचं घर. काही झालं तरी राहायला हक्काचं घर असलं म्हणजे माणूस निश्चिंत असतो. मीही आता निश्चिंत झालो. या वृंदावनात माझी मंजिरी बहरेल. तिचं बहरणं हेच तर माझं सुख!"

"बस्स? देण्यासारखं एवढंच आहे आपल्याजवळ?"

मानसिंगांनी चमकून तिच्याकडे बघितलं. ती खट्याळ नजरेनं हसत होती.

मानसिंगांनी बघितलं तशी ती खारीच्या गतीनं खोलीतून पळून गेली.

मानसिंग मोकळेपणानं हसले.

आपल्याला हसताही येतं याची जाणीव त्यांना खूप दिवसांनी झाली होती.

■

"या सरदार शिर्के. आपण तर छुपे रुस्तुम निघालात. हे मी काय ऐकतोय?

आणि होता कुठे?'' महाराजांनी विचारलं.

मुजरा करून मानसिंग समोरच्या कोचावर बसले.

''आपण काय ऐकलं असेल ते खरं आहे. होय महाराज, मी लग्न केलं. जयनंदा शिरोडकर या मुलीबरोबर. आता त्या जयनंदा शिर्के आहेत. आईसाहेबांच्याजवळ त्या पुण्याला आहेत. महाराज, चांगल्या मार्गानं माझं जीवन सुखी व्हावं म्हणून मी लग्न केलं. हा गुन्हाच असेल तर तो मी केला आहे.'' मानसिंग म्हणाले.

''आणि कांचनमाला? त्यांचं काय? या मुलीनं कोणती एवढी भुरळ घातली ज्यामुळे पत्नीला विसरावं!''

''क्षमा असावी महाराज. भुरळ घातली होती, ती कांचनमालांनी. त्यांच्या रूपाची, खानदानाची, नावलौकिकाची. त्या मोहात गुंतून आईसाहेबांनी हे लग्न ठरवलं. पण त्यांनी स्वतः सुख घेतलं नाही; ना मला सुख दिलं. आज त्या कुठे आहेत ठाऊक नाही. पॅरिस, न्यू यॉर्क, कुठेही असतील, मुलगा आया सांभाळते. त्या परत येणार नाहीत. त्यांना रामपूर पसंत नाही. या वेळी मी काय करायला हवं होतं?''

''मानसिंग – आणि तू मला हे कधीच बोलला नाहीस. मित्र म्हणून तरी सांगायचंस. मला वाटायचं, निदान तू तरी सुखी आहेस. अरे, ही तुझीच शोकांतिका नाही, तर अनेक संसारांची ही तऱ्हा आहे. याचा दोष या स्त्रियांना देता येणार नाही. कारण आपल्याकडे शिक्षण फक्त मुलांनाच देतात. मुली फक्त पडद्याआड राहून ऐशआराम भोगतात. त्यांना बाहेरचं विशाल जग कधी दिसतच नसतं. मोकळेपणानं फिरणं त्यांना ठाऊकच नसतं. मानू, तू नशीबवान आहेस. निदान धीटपणानं निर्णय घेतलास. मी तेही करू शकत नाही.''

''महाराज –''

''थांब मानसिंग. माझ्याही जीवनात मार्था, मार्गारिटसारख्या बुद्धिमान मुली आल्या होत्या. अत्यंत जिव्हाळ्याची नाती जडली होती. पण ती तोडून मला कुलाचारासाठी हे लग्न स्वीकारावं लागलं. भाग पडलं. इथे फक्त व्यवहार असतो. मन कोरडंच झालेलं असतं. मानू, अरे आज एवढी भव्य स्वप्नं बघतो आहे; वाटतं की, आपल्या जीवनाच्या सखीला ते सारं सांगावं. पण त्यांची जीवनाची कक्षा फार मर्यादित असते. चिकाच्या पडद्याआड सळसळणाऱ्या रेशमी वस्त्रात त्यांचं जीवन गुरफटलेलं असतं. दोष त्यांचा नसतो. दोष आपलाही नसतो. कारण आपल्याला गगनात भरारी मारायला शिकवलेलं असतं. त्या दृष्टीसमोर विशाल आकाश पसरलेलं असतं. खालचं जग खुजं झालेलं असतं. ज्या पुरुषांना अशी साथ घेऊन जन्म काढावा लागतो, त्यांच्या वेदना मी अनुभवतोय. मी सारा पैसा आज समाजाचं भलं करण्यासाठी वापरतोय. काही अमूर्त साकार करण्याचा प्रयत्न करतो आहे; पण

राणीसाहेबांना त्याची किंमत समजत नाही. त्यांना पैसा हवा आहे. तू भाग्यवान आहेस मानसिंग. खरंच, ही मुलगी तुला समजून घेईल. खूप छान गाते असं ऐकलं.''

''होय महाराज. मला जपणारी, स्नेह देणारी, समजून घेणारी अशीच ती आहे. आणि मी लग्न केलं म्हणून सारे सरदार हसताहेत. आजवर त्यांनी अनेकींना जवळ केलं ते घडीभर सुखासाठी आणि पुन्हा स्वत:चं खानदानी कवच लेवून बसले. आपण तसं वागू शकत नाही, म्हणून तर राजसिंहासनावर बसूनसुद्धा आपण एकाकी आहात. दैवयोगानं मला साथ मिळाली. आणि तिला मी विवाहानं सुंदरता आणली.''

''फार धाडसी निर्णय घेतलास तू. या समाजाच्या पद्धती, परंपरा यांचं इतकं ओझं आपण बाळगत असतो की, त्या ओझ्याखाली मनाचा खरा सूर गुदमरून जातो. छान झालं, तू स्वत:ची वाट मोकळी करून घेतलीस.'' महाराज मोकळेपणानं म्हणाले.

''त्यापेक्षा मोकळं वाटतं ते आपण मला समजून घेतलंत याचं. सारं सुख मिळवलं असतं आणि आपला विश्वास गमावला असता, तर या सुखाला दु:खाची किनार लागली असती.''

''दोस्त, अरे आपण आज का ओळखतोय एकमेकांना? नॉटी बॉय, मला तुझा अभिमान वाटतोय!'' आणि मिश्किलपणे हसत महाराज म्हणाले, ''आणि हेवा पण वाटतोय.''

यावर दोघंही खळखळून हसले.

''मानसिंग, मी पुण्याला येईन त्या वेळी जरूर त्यांना भेटेन. पण एका अटीवर. मला गाणं ऐकवलं पाहिजेस. ज्या सुरांनी आमच्या मित्राचं भान हरपलं गेलं ते सूर ऐकू दे तरी.''

''महाराज, मला त्यात आनंदच आहे. जयालाही ते आवडेल. इथून थोडी उसंत मिळाली की, आपण जाऊ. उद्यापासून सारी कामं सुरू करायची आहेत. मी निघू?''

मुजऱ्याचा स्वीकार करून त्यांचा हात हातात घेत महाराज म्हणाले, ''विश यू गुड लक यंग बॉय!''

■

दुसऱ्या दिवसापासून मानसिंग वस्तुसंग्रहालयाच्या मांडणीत गुंतून गेले. पेंटिंग्ज, शस्त्रं, शिकारखाना, चिरागदाण्या, ताम्रपट, जुनी राजवस्त्रं... सर्व एक-एक दालनात लावलं जात होतं. मोठमोठी काचेची कपाटं, त्यात ठेवल्या जाणाऱ्या दुर्मीळ वस्तू,

योग्य दिशेनं पडणारे प्रकाशझोत. या साऱ्यांनी राजवाड्याची दक्षिण बाजूची दालनं सजत होती. प्रत्येक दालनाच्या दाराजवळ माहिती देणारे लाकडी बोर्ड्स ठेवले होते. अंबारीच्या मोती हत्तीची प्रतिकृती करून मधोमध ठेवली होती. सभोवतालच्या भिंतींवर दरबारी लवाजम्याची, मिरवणुकीची, छबिन्यांची, पालखीची अनेक छायाचित्रं लावली होती. बरंचसं काम पूर्ण झालं होतं. मानसिंग कामात गर्क असताना अचानक महाराज अजयसिंह तिथे आले. साऱ्या सेवकांची गडबड उडाली.

मुजरा करून समोर येणाऱ्या मानसिंगांच्याकडे बघून हसतमुखानं महाराज म्हणाले,

"वा! सरदार शिर्के, तुम्ही तर खूपच वेगानं कामाला लागलात. आता या दालनात हा जो कोपरा आहे ना, तिथे आपण साऱ्या हंड्या, झुंबरं, चिरागदाण्या लावू. वाड्यात भेट म्हणून आलेलं काचेचं सामान आहे. उत्तम डिनर सेट्स आहेत. टेबलावर मधोमध ठेवायचे स्टॅन्ड, लँप्स आहेत. ते सारं या रिकाम्या भागात लावून घ्या. दिवाणजीकडून त्या सर्व वस्तू मागवून घ्या. आता डिनर पार्ट्या होणार नाहीत. पण आठवण मात्र असेल."

महाराज समाधानानं ते दालन क्षणभर निरखत राहिले. आणि त्याच समाधानानं म्हणाले,

"मानसिंग, शाळा, वसतिगृहं बांधण्याचं कामही सुरू आहे. मी परवाच बघून आलो. कामानं चांगली गती घेतलीय. जंगलं विकली. त्यांना भावही चांगले आले. पण तेवढा पैसा पुरणार नाही. वेळ आली तर नदीकाठावरचे मळे आहेत. तिथली कुरणं विकू. इथून जाण्या-येण्याला दूर असलेली शेती विकू. जेवढं झेपेल तेवढ्याच गोष्टी ठेवू. युवराज मोठे होईपर्यंत कायदे बदलतील. सारं सरकारजमा होईल. त्यापेक्षा आधीच ते पैसे सत्कारणी लागावेत, असं आम्हाला वाटतं."

"महाराज, एक सूचना करावीशी वाटते. सांभाळायला अवघड अशा जमिनी विकायला हरकत नाही. पण सर्वच पैसे समाजाला देण्याऐवजी आपण शेअर्स घ्यावेत. त्यांना नंतर भाव येईल. युवराजांना त्यांच्या इभ्रतीप्रमाणे वागता, जगता आलं पाहिजे. आता यापुढे जमिनीचे पैसे आले की, आपण त्याचे दोन भाग करावे असं मला वाटतं. एक भाग समाजकार्यासाठी, एक भाग युवराजांसाठी...."

"आता तुम्ही संसारी झालात हे मला पटलं!" हसून महाराज म्हणाले, "ठीक आहे. जे योग्य असेल तसं करू."

■

दुसरे दिवशी मानसिंग वाड्यात आले तेव्हा, राणीसाहेबांचा खास नोकर संतू

धावत आला.

''राणीसरकारांनी आठवण केलीय जी.''

''अस्सं!'' मानसिंग कुतूहलानं राणीसरकारांच्या महालाकडे निघाले. चिकाचा पडदा उघडून मानसिंगांनी आत प्रवेश केला. आत सारे सरदार हजर होते. मानसिंगांना आश्चर्य वाटलं. मुजरा करून ते उभे राहिले.

''सरदार शिर्के, आज आपण दिवाणजींच्याकडे वाड्यातलं काचसामान मागितलंत. ही गोष्ट खरी आहे?'' राणीसाहेबांनी करड्या आवाजात विचारलं.

''जी! खरं आहे.'' मान खाली घालून मानसिंग उत्तरले.

''दूर गावची कुरणं विकण्याचा महाराज विचार करत आहेत, हे पण खरं आहे?''

''जी!''

''आणि हा सल्ला आपण देत असणार! खरं ना?'' राणीसाहेब उसळून म्हणाल्या.

''नाही!'' नम्रतेनं मानसिंग म्हणाले, ''संस्थानं विलीन होण्यापूर्वी प्रजेचं भलं व्हावं असं महाराजांना वाटतं. तो पैसा उभा करण्यासाठी जमिनींचा काही भाग त्यांनी विकला. वस्तुसंग्रहालय उभारत आहेत.''

''त्यासाठी वाड्यातली भांडी, मूर्ती सारं हलवलंत? उद्या शेवटची राणी म्हणून मलाही नेऊन ठेवाल. कुणी सांगावं, तुमच्या संगतीनं हेही घडेल!''

''राणीसाहेब!''

''का? फार झोंबले माझे शब्द? तुम्ही आपल्या पत्नीला घालवून दिलंत. आणि गाणारणीला मालकीण नाही केलीत? बाकी इतर सल्ले देता तसा हाही सल्ला द्या. राजघराणं पुरतं धुळीला मिळून जाऊ द्या. पण मी आणि युवराज कदापि तुमच्या ओंजळीनं पाणी पिणार नाही, हे समजून ठेवा.''

''राणीसाहेब, तो प्रश्नच येणार नाही. सर्व कारभार स्वत: महाराज बघताहेत.''

''पण त्यांचा विश्वास तुमच्यावर आहे. आणि त्याचा पुरेपूर फायदा तुम्ही घेत आहात. त्याशिवाय बाई ठेवण्याचा शौक पुरा कसा होणार?'' मोहनराव कुत्सितपणे म्हणाले.

''खबरदार मोहनराव!'' आपला उसळलेला संताप आवरत मानसिंग म्हणाले.

क्षणात स्वत:ला सावरत ते म्हणाले,

''राणीसाहेब, माफी असावी. पण पैशांचा सर्व हिशेब लिहिलेला आहे. आणि जयनंदाशी लग्न केलं आहे. तो माझ्या घरचा मामला आहे.''

''ऐका!'' सरदार जगदाळे छद्मीपणानं म्हणाले, ''मग ते इतकं चोरून का? आणि दोन संसार सांभाळायला पैसा लागणारच. ग्वाल्हेरकर भरपूर पोटगी मागणार. आणि नवलाईचा संसार सांभाळायला पैसा लागणारच. नवा संसार पुण्यात मांडलाय. राजा रंक होण्याचं स्वप्न बघतोय आणि रंक राजविलासात गुंग होतोय. आंधळं

दळतंय आणि –''

''येतो राणीसाहेब. आज्ञा असावी.'' मानसिंग मुजरा करून माघारी वळले.

''सरदार शिर्के, ग्वाल्हेरकर आमचे पाहुणे लागतात. त्यांना पत्र पाठवून आम्ही आपल्या लग्नाची बातमी कळवली आहे.'' हैबतरावांचे शब्द पाठमोऱ्या मानसिंगांच्या कानावर पडले. पाठोपाठ साऱ्यांचं हसणंही.

■

त्या दिवसापासून मानसिंग फार अस्वस्थ होते. पुढे येणाऱ्या वादळाची त्यांना चाहूल लागली होती. सरकारी कामकाजात त्यांना महाराजांची साथ होती. म्हणून ते निश्चिंत होते. पण जयाच्या काळजीनं त्यांचं मन कातर झालं होतं. या लग्नानं तिला काय काय सोसावं लागेल या विचारानं ते बेचैन झाले होते, शेवटी न राहवून ते महाराजांना म्हणाले,

''महाराज, चार दिवस मी पुण्याला जावं म्हणतो.''

महाराज हसले आणि दिलगिरीच्या सुरात म्हणाले, ''सॉरी मानसिंग! हे आमच्या आधीच लक्षात यायला हवं होतं. तुमचं नवीन लग्न झालं आहे. आणि गेले दोन महिने मी तुम्हाला इथे ठेवून घेतलं आहे. केव्हा निघता?''

''मी उद्या निघतो. पण आपणही यावं. जयनंदांना खूप आनंद वाटेल. आपल्यालाही बदल हवा आहे.''

''ओ! इट्स माय प्लेझर. खरंच, कल्पना छान आहे. आणखीन चार दिवसांनी आम्ही येऊ. गाणं ऐकवाल?''

''जरूर!'' मानसिंग म्हणाले.

■

पोर्चमध्ये गाडीचा आवाज ऐकून जया धावत गॅलरीत आली. मानसिंग गाडीतून उतरत होते. जयनंदा गडबडीनं आरशासमोर गेली. केस सारखे करून ती बाहेर जायला वळणार, तोच मानसिंग आत आले. लटक्या रागानं जयानं मान वळवली. तिचा चेहरा आपल्याकडे वळवीत मानसिंग म्हणाले,

''रागवलीस?''

''तर काय? दोन महिने झाले जाऊन. आठवण तरी आली?''

''तुला काय वाटतं? आठवण आली नसेल?''

''मुळीच नाही.''

"तुला काय वाटतं ते गालांवरचे गुलाबच सांगताहेत! खरंच जया, एक क्षण असा नव्हता की, तुझी मूर्ती समोर नव्हती."

"सारं खोटं! मग दोन महिने का आला नाहीत?"

"जया, महाराज अजयसिंह नुसतेच महाराज नाहीत. माझे मित्रही आहेत. त्यांना या वेळी साथ देणं माझा धर्म आहे. त्यांना सच्चा मित्र नाही. त्यांची कल्पना समजावून घेण्याची ताकद कुणामध्ये नाही. ते फक्त एकाकी आहेत. एकटेपणा हा त्या राजमुकुटाला लाभलेला शापच आहे, असं मला कधीकधी वाटतं."

"आणि मी इथं एकटी नव्हते वाटतं?"

"तू एकटी कशी असशील? मी नव्हतो तुझ्या मनात?" तिला शेजारी बसवून घेत मानसिंग म्हणाले, "जया, या वेळी तुझी साथ आहे म्हणून तर मी नेटानं उभा आहे. सारे कावळे काव-काव करायला लागलेत. गिधाडांनी चोची पसरल्यात. सापांचे फूत्कार ऐकू येऊ लागलेत. मी सारं सोसेन. महाराजांच्यासाठी, तुझ्यासाठी. तुझी आठवण आली की, हरवलेलं बळ परत लाभतं. तुझी साथ फार मोलाची आहे जया. फार मोलाची!" तिच्या हातांच्या तळव्यात चेहरा लपवीत मानसिंग म्हणाले. जया चकित झाली होती.

"असं काय करायचं ते?"

समजावणीच्या स्वरात ती म्हणाली. तिच्या चेहऱ्यावर काळजी उमटली होती. ते बघून मानसिंग हसले. म्हणाले, "घाबरलीस ना? ते जाऊ दे. तुला एक सांगायचं विसरलो बघ. चार दिवसांनी महाराज पुण्यात येणार आहेत. आपल्या घरी एक दिवस येणार आहेत."

"आपल्या घरी?" आश्चर्यानं जया म्हणाली.

"हो! खास तुला भेटायला. तुझं गाणं ऐकायला."

"अगं बाई! काहीतरीच काय सांगता? त्यांच्याशी कसं वागावं, कसं बोलावं ते मला कसं समजणार?" जया गोंधळून म्हणाली.

"वेडे, ते इथं येणार ते माझे मित्र म्हणून. महाराज म्हणून थोडेच येणार?"

"तरीपण..." जया घुटमळली.

म्हणाली, "आपल्या लग्नाबद्दल ते काय म्हणाले?"

"काय म्हणणार? त्यांना आनंद झाला. म्हणून तर येत आहेत इथे. पाहा तरी माझा मित्र कसा दिलदार आहे तो!"

■

महाराज अजयसिंह येणार या वार्तेनं आईसाहेब सुखावल्या होत्या. सारा बंगला

पुन्हा सजत होता. जेवणाच्या तयारीसाठी आईसाहेब अनेक वस्तूंची यादी बनवत होत्या. मुरलीला, सखूला सूचना देत होत्या. महाराजांच्यासमोर कसं वागावं, या विचारानं जया मात्र धास्तावून गेली होती.

संध्याकाळची वेळ होती. पोर्चमध्ये पाण्याची कळशी, आरती घेऊन सखूबाई उभी होती. मानसिंग व्हरांड्यातून फेऱ्या मारीत होते. इतक्यात महाराजांची निळसर रंगाची, लांबट आकाराची गाडी फाटकातून आली. महाराजांना हात देऊन मानसिंगांनी उतरवलं. तेवढ्यात सखूबाईनं त्यांना कुंकुमतिलक लावला. ओवाळलं.

"मानू, हे उपचार इथे कशासाठी?"

"आईसाहेबांचा हट्ट!"

दोघं जण पायऱ्या चढून दिवाणखान्यात आले. आईसाहेब उभ्या होत्या. मुजरा करून अजयसिंह त्यांच्या शेजारच्या खुर्चीवर बसले.

"आईसाहेब, आज पाचगणीचे दिवस आठवले. आपण मानसिंगांना फराळाचा डबा पाठवून देत असत. त्याची चव अजूनही जिभेवर रेंगाळते आहे. किती सुखाचे दिवस होते ते."

"मानसिंग सांगतात. आपण प्रजेसाठी फार मोठं काम हाती घेतलंय. फार मोठं स्वप्नं अगदी लहान वयात आपण बघत आहात. गरिबांचा आशीर्वाद फार मोलाचा असतो. पण परिस्थिती फार झपाट्यानं बदलते आहे. जपून पाऊल टाकावं." आईसाहेब काळजीच्या सुरात म्हणाल्या.

"आपणदेखील परिस्थितीनंच बदललात. मानसिंगचं लग्न लावून दिलंत. फार मोठं धाडस दाखवलंत. आमच्या मासाहेब आज असत्या तर त्याही आमच्या पाठीशी अशाच उभ्या राहिल्या असत्या. आज आपल्याला बघून त्यांची फार-फार आठवण झाली. तरी मानसिंग आहे म्हणून खूप बरं वाटतं. लहानपणापासून मला ओळखणारा, समजून घेणारा एकच मित्र आहे तो." अजयसिंह म्हणाले.

त्यांचं लक्ष जिन्याकडे गेलं. मानसिंगांच्या मागोमाग जया जिना उतरत होती. फिकट आकाशी रंगाची साडी ती नेसली होती. साडीच्या रुंद जरीच्या काठांनी तिचा नाजूक चेहरा झाकून गेला होता. मंद पावलं टाकत ती महाराजांच्या समोर आली. तिनं महाराजांना वाकून नमस्कार केला. हातातली मोत्याची काकणं क्षणभर खाली आली. संकोचानं महाराज म्हणाले,

"नमस्कार कशासाठी?"

अधोमुख जया समोरच्या कोचावर बसली होती. त्या सात्त्विक सौंदर्याकडे महाराज भान हरपून बघत होते. मानसिंगांचा हात हाती घेऊन महाराज म्हणाले,

"मानसिंग, भाग्यवान आहेस. आज यांना बघून असं वाटलं, परमेश्वरानं अशी

बहीण आम्हाला द्यायला हवी होती.''

जयानं चमकून वर बघितलं. तिच्या डोळ्यांत पाणी तरळलं होतं.

'देवानं असा भाऊ मलाही द्यायला हवा होता.' मनातून जया म्हणाली.

सेवकानं जरीचा रुमाल झाकलेली दोन ताटं समोरच्या टेबलावर ठेवली आणि रुमाल बाजूला केला. एका ताटात जरीची पैठणी, खण, नारळ होता. दुसऱ्या ताटात मोठी मखमली पेटी होती. महाराजांनी स्वत: उठून पेटी उघडली. आतमध्ये लखलखित हिऱ्याचा लफ्फा आणि कुडीजोड होता.

''यातलं मला काही समजत नाही. पण जयादेवींना आवडेल, असं मला वाटतं.'' महाराज म्हणाले.

''पण इतका त्रास कशासाठी घेतलात? आपण आलात तेच खूप झालं.'' आईसाहेब संकोचानं म्हणाल्या.

''हं! पण त्याचा मोबदलाही भरपूर घेणार आहे. जयादेवींचं गाणं आणि आपल्या हातचं जेवण घेऊनच आम्ही जाणार आहोत.''

यावर सारे हसले.

''वा! गाण्याची तयारी फार जोराची आहे! खाँसाहेबांनी तर खास फोटोग्राफर बोलावून ठेवलाय, चलावं!'' मानसिंग हसत म्हणाले.

■

सारे जण आतल्या खोलीत गेले. खास भारतीय बैठकीनं खोली सजली होती. मधोमध लालभडक गालिचा अंथरला होता. त्याच्या कडेनं पांढऱ्याशुभ्र बिछायती, लोड-तक्के ठेवले होते. मधोमध तानपुरे, तबला, सारंगी ही वाद्यं ठेवून खाँसाहेब महाराजांची वाट बघत होते. साऱ्या खोलीत धूपाचा मंद वास दरवळत होता.

महाराज बैठकीच्या खोलीत आले. खाँसाहेबांच्या नमस्काराचा स्वीकार करून महाराज बैठकीवर बसले. जयानं संकोचानं तानपुरा उचलला आणि खाँसाहेबांच्याकडे पाहिलं.

''गा बेटी!'' खाँसाहेबांनी धीरानं अनुमती दिली.

जयानं तानपुरा छेडून आकार लावला.

''वा!''

महाराज डोळे मिटून तो आकार कानात साठवत होते –

'ओ मोरे राणाजी
गोविंद के गुन गाये...'

जयाचा लाडिक, आर्जवी आवाज राणाजींचं गुणगान गात होता; रामपूर संस्थानाच्या परिसरातच ती लहानाची मोठी झाली होती. आजवर या राजाला तिनं अनेक समारंभांत, छायाचित्रात, मिरवणुकीतून बघितलं होतं. राजपरिवाराचं कौतुक ऐकत, बघतच ती लहानाची मोठी झाली होती. मानसिंगांच्या तोंडून या उमद्या राजाच्या अनेक कथा ऐकल्या होत्या... ते रामपूरचे महाराज आज समोर बसले होते. मनात असणारा आदरभाव शब्दाशब्दांतून ओथंबून वाहत होता. जो आजवर व्यक्त करता आला नव्हता, तो मनातून दाटून आला होता. स्वरातून व्यक्त होत होता. महाराजांनी डोळे मिटून घेतले होते. ते अगत्य मनाच्या गाभाऱ्यात जाऊन भिडलं होतं. प्रजेसाठी केलेल्या श्रमाचं चीज झालं होतं. राणाजी त्या सुरांत विरघळत होते –

‘याद पियाकी आये –
सांवरियाँ चैन कहाँ से लावूँ?
अपना दुख किसे सुनाऊँ
चैन कहाँ से लावूँ?...’

जयानं ठुमरीला सुरुवात केली. महाराजांचं मन कातर बनलं होतं. कितीतरी दिवसांनी हळव्या भावनांना वाट गवसली होती. ज्या भावना कर्तव्याच्या दोरखंडानं करकचून बांधल्या गेल्या होत्या. मिटल्या डोळ्यांना आज मार्था दिसत होती. तिचे निळे डोळे आर्जव करीत होते. मनाची जखम गहिरी करीत होते. किती युगं लोटली होती. पण त्या डोळ्यांनी कधी पाठलाग सोडलाच नव्हता. कळत-नकळत तिची आठवण सावलीसारखी मागं रेंगाळत असे. जयाच्या भिजल्या सुरांनी आज ती सामोरी उभी राहिली होती.

‘पूछो न कैसे मैने रैन बितायी....’

वैभवानं भरलेल्या राजगृहाच्या टेरेसवरच्या अनेक एकाकी रात्री समोर उभ्या होत्या. सारं रामपूर निद्रेच्या अधीन होत असे. सजलेला राजमहाल अशा वेळी परका वाटे. तिथे मन रमत नसे. आकाशात एकच टपोरा तारा दिसत असे. निळ्या आभाळाची दुलई पांघरूण मानसिंगांना सतत खुणावत असे. जो दूर असूनही जवळचा भासे. आज सारं हळवेपण अचानक जागं झालं होतं.

शेवटी जयानं मधाळ आर्त सुरात भैरवी सुरू केली –

'बाबूल मोरा नैहर छुटो जाय!'

महाराज अजयसिंहांच्या डोळ्यांतून धारा लागल्या होत्या. आता बालपण सरलं होतं. साथ सुटली होती. आणि ज्या धरतीनं प्रेम दिलं होतं, आधार दिला होता ती धरतीही पायाखालून निसटत होती. आता यापुढे एकटा जीव अंतराळात तरंगणार होता. सारं वैभव, सारे साथीदार मागे सोडून कोणत्याही मोहात न गुंतता साऱ्यांचं सारं देणं देऊन आता निघायचं होतं. नैहरची साथ संपली होती. आता नजरेसमोर एकच अदृश्य तारा तरळत होता. जो त्यांना कधीचा साद घालत होता. त्या विचारांत महाराज हरवून गेले होते.

जयानं भैरवी संपवून तानपुरा खाली ठेवला. आणि ती महाराजांना नमस्कार करण्यासाठी उठली. तिला शेजारी बसवून घेत महाराजांनी रुमालानं स्वत:चे डोळे पुसले. गळा साफ करत ते म्हणाले,

"जयादेवी, फार दिवसांनी हे साठलेले अश्रू आज बाहेर आले. मनावरचा ताण हलका झाला. या अश्रूंनी सारं मन कोंदटून टाकलं होतं. बरं झालं, आज वाहून गेले. तुमच्या आवाजात विलक्षण ताकद आहे. कलेचं मर्म तुम्हाला गवसलं आहे."

जया संकोचानं मान खाली घालून बसली होती. महाराजांनी जाकिटाच्या खिशातून एक बंद लिफाफा बाहेर काढला. तो जयाच्या हाती देत ते म्हणाले,

"जयादेवी, माझी बहीण असती तर हेच केलं असतं मी. आज तुमच्या रूपानं मला एक बहीण गवसली. दर वर्षी मी भाऊबिजेला येईनच असं नाही. माझी भाऊबिजेची आठवण म्हणून पिंपरीलगतचा आमचा चाळीस एकराचा मळा मी बक्षीसपत्रानं आपल्याला दिला आहे. माझ्या बहिणीला कधीच काही कमी पडायला नको. पुण्यापासून जवळच आहे. आपण जातीनं लक्ष घाला. माझ्या हौसेनं मी तो पिकवला आहे. अनेक उदास दिवस अन् रात्री मी तिथे घालवल्या आहेत. तो तुम्हीच सांभाळा."

ते सारं ऐकून मानसिंग बेचैन होत होते. आईसाहेबही अस्वस्थ झाल्या होत्या. जयाला काय बोलावं ते समजत नव्हतं.

"महाराज, आपण हे करू नये. तो मळा राणीसाहेबांचा फार आवडता आहे."

खिन्नपणे हसून महाराज म्हणाले, "आवडतो हे खरं आहे. पण त्यांनी तिथे कधी पाय ठेवला आहे का? तो आवडायचं कारण एकच आहे. तो विकला तर त्याला फार किंमत येईल, असं त्यांना वाटतं. त्यांच्या बंधूंनी त्यांना सांगितलं आहे. पण ती जागा मला कधीच विकायची नाही. यातलं प्रत्येक झाड मला सावली देऊन गेलंय. तीच सावली माझ्या या बहिणीला मिळू दे. विकण्यासारखी खूप जागा मी राणीसाहेबांना दिली आहे. ज्या मुलीनं आमच्या मित्रासाठी, त्याच्या वैराण जीवनात

ओलावा निर्माण केला, काट्याची वाट स्वीकारली, लग्नाचं साहस केलं, त्या मुलीला जपणं हे आपलं कर्तव्य आहे.''

जयानं महाराजांच्या पायावर मस्तक टेकलं. आपल्या आसवांनी ती त्यांचे पाय भिजवीत होती. तिला उठवून अजयसिंह म्हणाले,

''महाराज अजयसिंहांची बहीण अशी रडत नसते. डोळे पुसा जयादेवी. सुखी राहा, हा माझा आशीर्वाद आहे.''

''दादा, आपण सारी मोठी माणसं अशी अचानक कशी भेटलात? माझ्या भाग्याला माझीच नजर लागेल.'' जया हळुवार आवाजात म्हणाली.

''काय म्हणालात? दादा? असा जिव्हाळ्याचा सूर फार दिवसांनी ऐकला. मासाहेब गेल्या आणि तो सूर हरवला. जयादेवी, पुन्हा म्हणा... एकदाच... दादाऽ''

''दादाऽ''

रडणाऱ्या जयाला महाराज अजयसिंहांनी मिठीत घेतलं. त्यांच्या डोळ्यातले अश्रू जयाच्या मस्तकावर सांडत होते. सारे जण स्तब्ध होऊन त्या भावा-बहिणीची भेट बघत होते.

सुरांनी भिजलेली मैफल प्रेमाश्रूंनी न्हाऊन निघत होती.

■

महाराज रामपूरला गेले, तरी त्यांच्या सहवासातले आठ दिवस आठवण्यात जया व मानसिंग यांचे दिवस सरत होते. पिंपरीचा मळा स्वत: महाराजांनी त्या सर्वांना नेऊन दाखवला होता. एक संपूर्ण दिवस त्यांनी त्या मळ्यात घालवला होता. प्रत्येक झाड त्यांनी जयाला दाखवलं होतं. साऱ्या नोकरांची ओळख करून दिली होती. त्यांच्या स्वभावाचं उमदेपण बघून जयाला खूप आनंद झाला होता. खूप दिवसांनी अजयसिंह इतके आनंदात वावरत होते. ते बघून मानसिंगांना बरं वाटत होतं. आईसाहेब तऱ्हेतऱ्हेचं जेवण बनवत होत्या.

महाराज जायला निघाले तेव्हा जया म्हणाली, ''दादा, आता परत कधी येणार?''

हसून महाराज म्हणाले, ''थोडी उसंत मिळाली की येईन. खरंच, आठ दिवस मोठ्या सुखात गेले. लहानपण परत अनुभवता आलं. मी लवकर परत येईन. कारण आता मी मामा होणार आहे, असं आईसाहेब म्हणाल्या.''

जया लाजली. सारे हसले.

■

जया व मानसिंग चहा घेत होते. अलीकडे आईसाहेब तिला जिन्यावरून चढ-उतार करू देत नव्हत्या. दुपारचा चहा खोलीतच पाठवत असत.

"खरंच, आता दादा काय करत असतील हो?"

तिनं मानसिंगांना विचारलं.

"माझी वाट बघत असतील. विलीनीकरणाची तारीख आता जाहीर होईल. मला लवकर जायला हवं."

"आता परत जाणार? तिथे दुसरे लोक नाहीत वाटतं?" जया रुसव्यानं म्हणाली. मानसिंग जाणार या कल्पनेनं ती रडवेली झाली होती.

"खूप आहेत. पण महाराजांचं मन जाणून घेणारे कुणी नाहीत. अगं, इतकं मोठं राज्य, सत्ता, वैभव देऊन टाकायचं आणि आपण कुणीच नाही, असं समजून तिथंच राहायचं हे सोपं नाही. मन कितीही मोठं असलं तरी शेवटी ते माणसाचं मन आहे. या वेळी मी त्यांच्याजवळ असणं फार जरूर आहे." मानसिंग म्हणाले.

जया गप्पच बसली. हातातला कप खाली ठेवत मानसिंग म्हणाले,

"रागावलीस? हे बघ, आता आनंदानं राहायचं. आपल्या बाळासाठी मी लवकरच परतेन. शिवाय तुझ्या मैत्रिणी नंदा, सरू आता पुण्यातच आहेत ना? त्यांना बोलावून घे. हे रामपूर नव्हे. खूप फिरत जा. तू इथे आनंदात असलीस की, मला काळजी नसते. मग मी उद्या निघू?"

भरल्या डोळ्यांनी जयानं होकार दिला.

ती म्हणाली, "माझी काळजी करू नका. पण दादांना जपा. या वेळी त्यांना तुमची फार गरज आहे."

■

साऱ्या संस्थानात वेगळं वातावरण निर्माण झालं होतं. विलीनीकरणाचा दिवस नक्की झाला होता. राज्याचे राज्यपाल, नायब मंत्री वगैरेंची वर्दळ रामपुरात सुरू झाली होती. तिरंगी झेंडा लावलेल्या मोटारी बघून सर्वांना नवल वाटे. दिवस केवढे बदलले होते. याच तिरंगी झेंड्याचं नाव घेणंसुद्धा पूर्वी संकटाला आमंत्रण देण्यासारखं होतं. गांधी टोपी व खादीचे कपडे वापरणं अवघड होतं. तीच माणसं खादी टोपी घालून तिरंगी झेंडा फडफडवत रस्त्यावरून लोकांचे नमस्कार स्वीकारत मोटारीतून जात. दुकानाच्या फळीवर बसलेलं एखादं म्हातारं माणूस पुटपुटे –

"इठ्ठलाऽ पांडुरंगाऽऽ दीस पार बदललं बाबा! राजं जानार, मंत्री येनार. आता तू तरी जाग्यावर ऱ्हा म्हंजे झालं!"

"आज्या, का उगीच आरडतुयास? अरं, स्वतंत्र व्हायसाठी तर गांधीबाबा

लडला नव्हं?'' एखादा त्याच्यावर खेकसून बोले.

''व्हय. आनी तेला गोळी घातलासा? दुनिया पार उलटलीया म्हंतो, ते खोटं व्हय?''

''अरं, म्हाताऱ्या, गोरे हुते तवा गोळ्या झाडल्या तर आम्ही म्हनायचं – गोऱ्यानं मारलं. आता आमीच आमची मानसं माराया लागलोय. तेला काय म्हनावं?''

''अरं, पन आता स्वतंत्र देश हाय. तिथं राजा-परजा एक. गरीब-शिरमंत एक असत्यात. शेतकरी राजा असतो.''

''एक म्हंजी? हे बंगल्यात, वाड्यात, आनी आपून मातूर छपराखालीच ऱ्हानार न्हवं?'' म्हातारा म्हणे.

यानंतर म्हाताऱ्याला उत्तर द्यायला कुणीच थांबत नसे. संस्थान विलीन होणार, म्हणजे नक्की काय होणार, प्रजेचं काय होणार, याचा अंदाज, तर्क करण्यात संस्थान गर्क होतं. कुठेतरी संध्याकाळी रमी किंवा ब्रिजचा डाव टाकता-टाकता डाव अर्धाच राही. आणि चर्चा सुरू होत.

''खरंच संस्थान आता विलीन होणार? कसं खानदानी वातावरण आहे! ते जाऊन आता नेमकं काय येणार? काहीच समजत नाही.'' कुणी विचारवंत म्हणे.

''अहो, जे येईल ते चांगलंच येईल. या स्वतंत्र लोकशाही देशात राजा, प्रजा, श्रीमंत-गरीब, स्पृश्य-अस्पृश्य हा भेद असणार नाही. सारा समाज समान जीवन जगणार आहे म्हणून संस्थानं खालसा होणार आहेत.''

''आणि ती व्हायलाच हवीत.'' दुसरा म्हणे.

''पण आपल्या राजेलोकांनी प्रजेला प्रेमच दिलं ना? महाराज अजयसिंह प्रजेसाठी केवढी कामं करून घेताहेत! गावोगावी शाळा, दवाखाने बांधणं सुरू आहे. गेल्या दोन वर्षांत संस्थान खूप सुधारत आहे. फार दिलदार आहेत ते. संस्थान विलीन होण्यापूर्वी प्रजेचं भलं व्हावं असं त्यांना वाटतं; नाहीतर हैदराबादच्या बातम्या वाचता ना? रझाकरांच्या मदतीनं निजाम भारत सरकारला विरोध करीत आहे. त्यामानानं आपले राजे फार उदारमतवादी आहेत.''

''ते फार उशिरा आलेलं ज्ञान आहे त्यांना. आता जमिनी जाणार. त्या आधी पुण्यकर्म साधून घेणं चाललं आहे.'' कुणीतरी वकील म्हणे.

''त्यांचं ठीक आहे हो! पण नव्या कायद्यात आपण कुठे सापडलो नाही म्हणजे झालं.'' कुणीतरी जमीनदार सावधपणे म्हणे.

काय होणार या कल्पनेनं सारेच उत्कंठित झाले होते.

कुठेतरी कर्मठांचा अड्डा जमलेला असे. जानव्याशी चाळा करत कुणीतरी एक जण दुसऱ्याला म्हणे –

''काय सदूआण्णा, अलीकडे इराण्याचा चहा प्यायला गेला नाहीत?''

सदूआण्णा म्हणत, “आता इराणी बंद बरं!”

“का हो? गोरे गेल्यावर चहाची चव बिघडली काय?”

“चवीचं सोडा हो! पण आताशा म्हारंसुद्धा तिथे चहा पितात. स्वतंत्र झालोय ना! त्याची फळं भोगतोय. त्यात आता संस्थानं विलीन होणार. काय-काय अनर्थ होणार तेच समजत नाही.”

“पण काय हो सदूआण्णा, इराण्याचा चहा चालतो आणि महार हॉटेलात गेले की चालत नाही. इराणी तुमचा कोण? ना जातिधर्माचा, ना देशाचा.”

“ते असो हो! महाराला हरिजन म्हटलं की झालं! आम्ही चातुर्वर्ण्य पाळणारे.”

आपली बाजू लंगडी पडतेय हे बघून, सदूआण्णा काढता पाय घेतात. हळूहळू सर्वच निघून जातात.

एखाद्या शाळेत खादी-टोपी घातलेले, मास्तर मुलांना सांगत असत –

“मुलांनो, भारत स्वतंत्र झाला बरं! आता आपलं राज्य येणार. आता खरं नेहरूंचं राज्य येणार आहे. आता राजेलोक जातील आणि खऱ्या अर्थानं लोकशाही सुरू होईल. यासाठी तर क्रांतिकारकांनी बलिदान केलं.”

मुलांना काही समजत नसे. पण राजे जाणार म्हणजे खाऊ मिळणार नाही, राजे जाणार म्हणजे शिलंगणाची मिरवणूक निघणार नाही. इतकं मात्र त्यांना जाणवे. डोळ्यांसमोर उंट, हत्ती, घोडे, रथ, सैनिक तरळून जात. आता कुणाची मिरवणूक निघणार हा प्रश्न बालमनाला पडे. राजवाड्यात राहणाऱ्या महाराजांना राजा का म्हणायचं नाही, हेही कोडंच असे.

विलीनीकरणाचा दिवस येऊ लागला, तसे सरदार, जहागीरदार यांच्या सावध हालचाली सुरू झाल्या. प्रत्येक जण आपलं आसन नीट आहे ना; याचा अंदाज घेत होता. राजवाड्यात जाता-येताना मान नकळत ताठ होत असे. यांच्याच इनामी दिलेल्या जमिनीवर आपण लाखो रुपये कमावले याबद्दल पूर्वी जी कृतज्ञतेची भावना मनात असे, ती नकळत कमी होत चालली होती.

■

खास चंदेरी साड्या विकणारा माणूस राणीसाहेबांच्या खास महालात नागपूरहून आला होता. अनेक तऱ्हेच्या तलम चंदेरी साड्या तो गालिच्यावर उलगडून दाखवत होता. राणीसाहेब व अनेक सरदारस्त्रिया साड्या बघण्यात व पोत निरखण्यात रंगून गेल्या होत्या. वाळ्याचं पाणी मारलेले पडदे महालाच्या चारी बाजूंच्या खिडक्यांना लटकले होते. वाऱ्याच्या झुळकेबरोबर वाळ्याचा मंद वास महालात पसरे. चांदीच्या उंच पेल्यांतून वाळ्याचं थंडगार सरबत सर्वांना दिलं होतं. साऱ्या स्त्रिया त्या

वातावरणानं सुखावून गेल्या होत्या.

"साड्या म्हटलं की, माझा पाय अडकलाच बघा! घरात सारखं सांगणं सुरू असतंय की, आता खर्च कमी करा. दिवस बदललेत. पण म्हणून काय साड्या घ्यायच्या नाहीत की काय?'' विजेयिता – सरदार जगदाळेंच्या पत्नी म्हणाल्या.

"तर काय! येईना का ते तिरंगी राज्य! आपण थोड्याच खादी वापरणार आहोत? आपलं राहणं तसंच राहणार, पडद्याआड. ते तरी निदान पूर्वीसारखंच असणार ना?'' रत्नमाला म्हणाल्या.

"माझं तरी तेच मत आहे. बाहेरचं जग किती का बदलेना. आपलं जग चार भिंतीआडच आहे. मग ते तरी मस्तपणानं काढावं.'' विजेयिता म्हणाल्या.

"आपण काय कांचनमाला थोड्याच आहोत? त्यांचं एक बरं बाई! परदेशात हिंडत असतात.''

रत्नमाला म्हणाल्या, "खरंच, आज इथे कांचनमाला हव्या होत्या. दहा-बारा साड्या नक्की घेतल्या असत्या, किती झालं तरी ग्वाल्हेरचं पाणी ते!''

विजेयितांनी मुद्दाम कांचनमालांचा विषय काढला होता. सर्वांनाच कांचनमालांचा पराभव कुठेतरी सुखावत होता. आणि जे त्या ऐकत होत्या, तो विषय सर्वांनाच बोलायला आवडणारा होता.

"ग्वाल्हेरचं पाणी! फार दिमाख होता त्यांना. पण काय झालं शेवटी? एक गाणारी बाई आली डोकीवर सवत म्हणून आणि या फिरत आहेत परदेशात!'' रत्नमाला म्हणाल्या.

"पण मी म्हणते, कांचनमाला परदेशात गेल्या कशाला?''

चेहऱ्यावरचा भावही न बदलता रत्नमाला म्हणाल्या,

"कशाला काय? अहो, हे मानसिंगराव त्यांची काय हौस पुरविणार आहेत? ती मोठ्या घरची बाई. ग्वाल्हेरचं घराणं का साधं आहे? या मानसिंगरावांच्या पदरात ते रत्न का पडलं माहीत आहे?''

नवीन काही ऐकायला मिळणार म्हणून साऱ्यांच्याच नजरा रत्नमालांच्यावर खिळल्या होत्या. साऱ्यांच्यावर नजर फिरवून रत्नमालानं हळुवार आवाजात सांगितलं, "अहो, फार मोठं प्रकरण झालं. तिथं त्या बाईनं राजरोस गुण उधळले. प्रेम होतं म्हणे! घराण्याची प्रतिष्ठा वेशीवर यायची बाकी होती. मग घरच्यांनी धावपळ केली आणि सरदार शिर्केंचं स्थळ समोर आलं. तोलामोलाचा विचार न करता सारं पार पडलं. ग्वाल्हेरकरांचं घराणं अब्रूनिशी सुटलं. मानसिंगरावांनी तिचं रूपच तेवढं बघितलं. आणि हुरळून जाऊन होकार दिला. तिला कुंकवाचा धनी मिळाला.''

"काय सांगताय बाई!''

"खरं तेच सांगते.''

बारीक नजर करीत रत्नमाला म्हणाल्या, ''सारं जगजाहीर आहे. मला वाटलं ते तुम्हालाही माहीत आहे.''

''छे बाई! आम्हाला असल्या गोष्टी कशा कळतील?''

''जाऊ द्या. आता त्या मस्तानीबाईंचे बाजीराव लंडनमध्ये आहेत म्हणे. दोन महिने तिथंच आहेत त्या. परदेश पाहायचं निमित्त. दोन महिने त्या लंडनमध्येच राहतात. कशासाठी? काय एवढं मोठं बघायचं आहे तिथे? परत येतात की तिथंच राहतात हे तरी कुणी सांगावं?''

त्या वार्तेनं साऱ्यांच्याच चेहऱ्यावर कुत्सित हसू पसरलं. राणीसाहेब म्हणाल्या, ''आम्ही केव्हाच जोखलं होतं त्यांना. सरळ मनाची ती बाई नाही. डोळेच दिसत नव्हते का तिचे? स्थिर नजरच नव्हती. सारखं चलबिचल. मला वाटलं होतंच. माझे अंदाज कधीच चुकायचे नाहीत. पण आम्ही ते कधी बोलून दाखवलं नाही. उगीच कुणाचा पाणउतारा करायचा आमचा स्वभाव नाही. पण आता तुम्हीच विषय काढला. ओघानं आलं म्हणूनच बोलले.''

''पण मानसिंगरावांचं दुसरं लग्न त्यांच्या आईंनी लावून दिलं म्हणतात. तेसुद्धा शामाबाईंच्या मुलीशी. ते खरं का?''

''खरं आहे बाई! अगदी खरं!''

''पण मी म्हणते, सरदार शिर्केंच्या आईंनी हे चालू तरी कसं दिलं? कुठे आपण खानदानी माणसं आणि या दासी बटक्यांना जवळ करायचं?'' दफ्तरदारीणबाई डोकीवरचा पदर सावरत म्हणाल्या.

''तर काय! आमच्या मामासाहेबांनी पण बाई ठेवली होती. पण घरात आणली नव्हती. पायातली वहाण पायातच ठेवायची. हे जगावेगळंच सगळं!''

''पण लग्न झालेलं कुणी बघितलंय का? उगीच लग्न झालंय असं म्हटलं म्हणजे झालं का?''

''म्हणजे? लग्न झालं नाही?''

या कल्पनेनं त्या बातमीतली हवाच निघून गेलीय असं सर्वांना झालं.

''अहो, आमच्या उत्पन्नात आमचा एक संसार झेपत नाही. मेली मनासारखी खरेदी नाही की फिरणं, हौस, मौज नाही. तिथे सरदार शिर्के दोन-दोन प्रपंच कसे चालवणार हेच समजत नाही.''

समोर पसरलेल्या साड्यांवरून नजर फिरवत पुष्पादेवी म्हणाल्या.

''म्हणजे तुम्हाला ठाऊकच नाही? तर मग जाऊ दे.'' राणीसाहेबांकडे बघत जीभ चावत रत्नमाला म्हणाल्या.

''काय ते सांगा तरी. तुम्हाला सर्व बातम्या समजतात. आम्हाला बाई कोण सांगणार?''

सर्वांना हादरवून टाकणारी बातमी जिभेवर नाचत होती. तरी रत्नमाला म्हणत होत्या,

''नकोऽ नकोऽऽ''

''जगदाळीणबाई, सांगा आता काय ते! आम्ही ऐकतो तरी.''

राणीसाहेब उत्सुकतेनं म्हणाल्या. साऱ्यांचं लक्ष आता साड्यांतून उडालं होतं.

''महाराज परवा पुण्याला गेले होते. त्या बयानं चांगलीच भुरळ घातलीय म्हणे! अहो, जातच तसली. महाराज सरकारांनी पिंपरीचा मळा त्या चेटकिणीला बक्षीस दिला.''

रत्नमालांनी गौप्यस्फोट केला. आणि पदरानं घाम पुसायला लागल्या.

''काय!''

राणीसाहेब किंचाळल्या. संतापानं त्यांचे हात-पाय थरथरत होते.

''आणि सरकार शिर्के! ते काय करीत होते?''

''दोन डाव साधले त्यांनी. असं आमचे सरदार म्हणत होते. इकडे तर मळा आणि बाई हाताला लागली. आणि महाराजसरकार त्यांच्याच हातात राहिले. सगळं चाललं आहे, ते आता त्यांच्या सल्ल्यानं. केवढ्या जमिनी विकल्या. आणि प्रजेच्या नावावर स्वतःची भर करून घेतली. वरती नाव महाराजांचं.''

रत्नमाला हळूहळू सांगत होत्या. घरून निघतानाच नवऱ्यानं सारं पढवून पाठवलं होतं.

राणीसाहेब दात-ओठ चावत उफाळल्या, ''सरदार शिर्के?''

साडीवाला साड्यांचं गाठोडं बांधून केव्हाच निघून गेला होता. पंखे गरगरत होते. वाळ्याचे पडदे हलत होते.

राणीसाहेबांच्या नजरेला फक्त गालिच्याचा लाल रंगच दिसत होता.

■

रामबाग मैदान माणसांनी फुलून गेलं होतं. रामपूर संस्थानाच्या खेड्यापाड्यांतून माणसं भल्या सकाळपासून येत होती. आज रामपूर संस्थानची प्रजा संस्थानी बांधिलकीतून भारतीय लोकशाहीत विलीन होणार होती. आता प्रत्येक माणूस राजा होणार होता. प्रत्येक गाव स्वतंत्र होतं, लोकांचं राज्य आलं होतं. खऱ्या अर्थानं भारत स्वतंत्र झाला होता. तसा प्रचार खेड्यापाड्यांतून झाला होता. म्हणून तर सारे प्रजाजन रामपूरकडे मोठ्या संख्येनं निघाले होते. रामबाग मैदानात मध्यभागी एक भव्य व्यासपीठ उभारलं होतं. मध्यभागी भारताचा नकाशा फुलांनी सजवून ठेवला होता. गांधीजींच्या फोटोला हार घातले होते. पं. नेहरू, वल्लभभाई पटेल यांचे

फोटो लावले होते. ध्वजवंदनाची तयारी झाली होती. लोकांची उत्कंठा कमालीची वाढली होती.

नवे प्रशासक गाडीतून खाली उतरले. साऱ्यांनी भारतमातेचा जयजयकार केला. प्रशासक व सर्व अधिकारी व्यासपीठावर स्थानापन्न झाले. झेंडावंदन सुरू होणार होतं, एवढ्यात सर्व माणसांमध्ये चुळबुळ सुरू झाली. सारे लोक मैदानाच्या प्रवेशद्वाराकडे बघत होते. कुजबुज थांबून एक विलक्षण शांतता सर्वत्र पसरली. व्यासपीठावरचे पाहुणे प्रवेशद्वाराकडे पाहू लागले. महाराज अजयसिंहांची लांबट आकाराची मोटार थांबली होती. हुजरे, सेवक सारे पुढच्या मोटारीतून उतरत होते. त्यांच्या पाठोपाठ महाराज अजयसिंह गाडीतून उतरले. त्यांच्या सोबत मानसिंग, म्हातारे हैबतराव व इतर माणसं येत होती. दुतर्फा माणसं बसली होती. मधोमध व्यासपीठाकडे जाण्यासाठी वाट होती. महाराजांना बघून साऱ्यांचं भान हरपलं. सारी माणसं उठून उभी राहिली आणि एकमुखानं सारी प्रजा गर्जून उठली –

"महाराज अजयसिंहांचा विजय असोऽऽ।"

प्रशासक गडबडीनं व्यासपीठावरून उतरून प्रवेशद्वाराच्या कमानीपाशी आले. तिथे थबकलेल्या महाराजांच्या जवळ जाऊन म्हणाले,

"आईये राजाजी! यू आर वेलकम –"

प्रशासकांच्या मागोमाग महाराज अजयसिंह मंद पावलं टाकत जात होते. पोलीस बँडवर धून वाजत होती. सारं वातावरण नि:स्तब्ध झालं होतं. प्रशासक लोकांना उद्देशून म्हणाले –

"फार मोठ्या मनाचे राजाजी आहेत. त्यांचं इथं येणं मोठेपणाचं दर्शक आहे. झेंडावंदन त्यांच्या हातून होईल, असं मी जाहीर करतो. चलावं राजाजी –"

लोकांनी महाराजांचा जयजयकार केला.

महाराजांनी दोरी खेचली. गुंडाळलेल्या ध्वजातून फुलांचा सडा खाली पडला. आणि तिरंगी झेंडा लहरू लागला. पोलीस बँडवर राष्ट्रगीत वाजत होतं, महाराजांनी सूचना दिल्याप्रमाणं एकवीस तोफांची सलामी दिली. साऱ्यांची मनं भरून आली होती.

रात्री रामपूर पॅलेसच्या टेरेसवर महाराज एकटेच उभे होते. पॅलेसवर भगव्या झेंड्याशेजारी तिरंगी झेंडा लहरत होता. सारं शहर दिव्यांच्या रोशणाईनं उजळून उठलं होतं. रामबाग मैदानात आतषबाजी सुरू होती. बाण सुर्रकन आकाशात जात होते आणि त्यांच्या खाली कोसळत-कोसळत विझणाऱ्या ठिणग्यांकडे अजयसिंह बघत उभे होते.

एकटेच!

∎

महाराज अजयसिंह हातातलं पुस्तक वाचण्यात रंगून गेले होते. प्रशस्त पलंगावर तक्क्याला टेकून ते बसले होते. बेडलँपचा मंद उजेड खोलीत पसरला होता. इतक्यात दारावरचा चिकाचा पडदा सळसळला. राणीसाहेब आत येत होत्या. त्या आत येऊन पलंगाच्या काठावर बसल्या. त्यांना बघून महाराजांनी पुस्तक बाजूला ठेवलं.

हसून ते म्हणाले, ''या, या! आज काय दुपारीच मैफल जमली होती वाटतं! बऱ्याच जणींचे आवाज येत होते.''

''येतात ना. माझ्या दु:खावर डागण्या द्यायला. भेटायला थोडंच येतात?''

''दु:ख! कोणतं दु:ख?''

''हेच ना? आता राज्य गेलं. भिकेला लागलो. त्याचा आनंद आहे सर्वांना.''

''कोण म्हणतं भिकेला लागलो म्हणून? जे जास्त होतं ते देऊन टाकलं, जे आहे तेवढं सुखानं जगण्याइतकं भरपूर आहे. काळजी कशाची? तुम्ही निर्धास्त असा. सारं काही ठीक आहे. मला जबाबदारी समजते. तुम्ही काळजी करू नका.''

''काळजी एकाच गोष्टीची नाही.'' राणीसाहेब उसळून म्हणाल्या, ''भिकेचे डोहाळे लागलेत आपल्याला. जे होतं ते विकून शाळा बांधल्या, दवाखाने बांधले. पैसे साठवायचे ते सोडून, उधळलेत. घरच्या चीजवस्तू विकल्या असत्या तरी अमाप पैसा मिळाला असता. तर त्याचं प्रदर्शन मांडलंत. सरदार शिर्केचा सल्ला इतका मोलाचा वाटतो?''

''राणीसाहेब, पैसा मिळवायचाच झाला तर, अजूनही भरपूर मार्ग आहेत. पैशानं सुखी होता आलं असतं तर, या भरल्या राजगृहात आपण एकटे जगलो नसतो.''

''मग दुसरी बाई आणा... त्या शिर्केसारखी!''

''राणीसाहेब!'' महाराज संताप आवरत म्हणाले,

''आपण शब्द वापरताना ते जपून वापरलेत तर फार बरं होईल.''

''का? कडू लागले माझे शब्द? सगळं तर शिर्केच्या सल्ल्यानं चाललंय ना? जमिनी विकल्यात. किती पैसे आले आणि किती खाल्ले याचा हिशेब कुठे आहे? समाजकार्य म्हणे! घराण्याच्या चीजवस्तूंचं प्रदर्शन मांडलंत. राजवाडा खुला होणार लोकांना. आजवर कुणी या राजवाड्यात पाय ठेवला नाही. आता कुणीही यावं आणि वाड्यात शिरावं. लोक येणार, राजाचं रस्त्यावर पडलेलं वैभव बघायला. आजवर गावची पोरं न शिकताच वाढली ना? मी म्हणते, काय गरज होती स्वत:ला विकून हे सगळं करायची?''

संतापानं राणीसाहेब थरथरत होत्या.

''जाऊ दे. आपल्याला काही समजून सांगता यायचं नाही. आपण समजून घेणार नाही. दुर्दैव आहे.''

महाराज संतापले होते. पण वरकरणी शांत आहो असं दाखवत होते.

"काल आपण झेंडावंदनाच्या कार्यक्रमाला गेलात. एवढं राज्य गेलं आणि परत त्यांचा झेंडा फडकवायला गेलात? सारे सरदार हसत होते. सारी लाज, शरम लिलावात का मांडलीत?"

"राणीसाहेब!"

महाराज संतापानं थरथरत उठले. त्यांचा चेहरा संतापानं फुलला होता.

"राणीसाहेब, आपले सल्लागार कोण आहेत, ते मला माहीत नाही. पण त्यांना सांगा, जो झेंडा इथे फडकतोय तो स्वतंत्र भारताचा राष्ट्रध्वज आहे. त्या झेंड्याशी तरी इमान बाळगा. राजगृहातील अन्न खाल्लंत. त्या अन्नाशी इमानदार राहा. जा राणीसाहेब आपण. आपण भलत्या माणसांची संगत करू नये."

"मग कुणाचा सल्ला घेऊ? शिर्केंचा? कधीच शक्य नाही ते."

"का त्यांच्यावर एवढा राग, ते तरी समजू द्या."

महाराज अजयसिंहांनी आधारासाठी पलंगाच्या कडांवर हात टेकवला होता.

डोळ्यासमोर अंधारी येत होती. चेहऱ्यावर घाम डवरला होता. पाय थरथरत होते. पण राणीसाहेबांना त्याचं भान नव्हतं.

"राग! चारित्र्य गमावलेल्या माणसाला आपण जवळ केलंत. त्यानं आपल्याला वाईट रस्त्याला नेलं. त्याशिवाय त्या बाईला मळा बक्षीस दिलात? कामाचं निमित्त करून आठ दिवस त्या पुण्याच्या बंगल्यात राहिलात. चोरून केलं तरी ते बाहेर यायचं थोडंच राहतं? जगजाहीर झाल्यात या गोष्टी! आणि मी म्हणते, ती बाई शिर्केंची! आपलं आणि तिचं नेमकं नातं कोणतं की, ज्यासाठी तिला तुम्ही चाळीस एकराचा मळा देऊन टाकलात? इतक्या खालच्या दर्जाला आपण पोहोचलात तरी कसे? त्या बाईचं काय करणार आहात? तिला वाड्यात आणून ठेवा. एकदा पुरता निकाल लागू द्या या राजघराण्याचा!"

"राणीसाहेब, आपण निघन जा इथून... जा निघून."

महाराजांनी छातीवर हात ठेवला होता.

"आपण फार बोललात. आपला रोष मी समजू शकतो. पण आपण माझ्या चारित्र्यावर शिंतोडे उडवलेत! या राजा अजयसिंहानं सर्व घालवलं असेल. तुमच्या दृष्टीनं तो भिकारी झाला असेलही. पण त्यानं आपलं चारित्र्य जपलंय. त्यावर शिंतोडे उडवण्याचं धारिष्ट्य कुणी केलं नाही; ते तुम्ही केलंत. पत्नी असून. जाऊ दे. पती-पत्नीचं नाजूक नातं तुम्ही कधीच समजू शकला नाहीत; तिथे बहीण-भावाचं पवित्र नातं काय समजणार! कृपा करून तुम्ही इथून निघून जा, जा!"

बोलता-बोलता महाराज वेडे होऊन गालिच्यावर कोसळले. ते बघून राणीसाहेब किंचाळल्या. सारे सेवक आत धावले. त्यांनी महाराजांना उचलून पलंगावर झोपवलं.

डॉक्टरांना बोलवायला माणसं धावली. मानसिंग व सारी सरदारमंडळी पॅलेसवर जमा झाली.

महाराज क्षीण आवाजात म्हणाले, ''सर्वांना बाहेर जायला सांगा.''

त्यांनी मानसिंगांचा हात हातात घेतला होता. साऱ्या खोलीत विलक्षण शांतता पसरली. डॉक्टर तपासणी करीत होते. ब्लड प्रेशरचं चेकिंग सुरू होतं. इंजेक्शन्स दिली जात होती. महाराजांच्या डोळ्यांतली वेदना स्पष्ट जाणवत होती. नजर म्लान झाली होती.

त्यांच्याकडे बघून मानसिंगांनी विचारलं, ''महाराज, त्रास होतो का?''

क्षीण हसून महाराज म्हणाले, ''त्रास? कसं सांगू दोस्त! मात्र मी तुला फार त्रासात घातलंय. तुझ्याखेरीज कुणी समजून घेतलं नाही!''

श्रमानं त्यांना बोलता येत नव्हतं.

मानसिंग त्यांच्या कपाळावर हात फिरवत म्हणाले, ''काळजी करू नका. सारं ठीक होईल.''

''आता चिंता कसली?''

वेदनेनं व्याकूळ झालेले महाराज हसण्याचा प्रयत्न करीत म्हणाले,

''मानू, आमची बहीण, जयादेवी! तिची काळजी घ्या. तिला सांभाळा. मानू, एक लक्षात ठेव. या खानदानाचं कवच मिळालेल्या स्त्रियांना चिकाच्या पडद्याआड राहून बाहेरच्या जगाचा वारा कधीच लागत नाही. त्यांच्या सुखाची कल्पना फार वेगळी असते. जे मिळतं ते सुख नव्हे आणि जे मिळत नाही ते सुख; अशी काहीतरी गल्लत त्यांच्या मनात झालेली असते. तू वेळीच चूक सुधारलीस. ते धाडस केलंस. तुला आईसाहेबांचं मोलाचं पाठबळही लाभलं. जयादेवीसारखी मुलगी तुझ्या आयुष्याचं सोनं करील. तुला समजून घेईल. तुझ्या कर्तृत्वाच्या आड ती कधी येणार नाही. तिचं मन फार मोठं आहे, फार मोठं आहे.''

बोलता-बोलता महाराजांनी अतिश्रमानं डोळे मिटून घेतले.

नर्स, डॉक्टर्स पलंगाच्या सभोवती होते. शांतपणे झोपल्यासारखे महाराज वाटत होते. तरी डॉक्टरांच्या चेहऱ्यावरची चिंता लपत नव्हती.

पहाटेच्या वेळी सर्वांचीच गडबड उडाली होती. प्रयत्नांची पराकाष्ठा करूनही महाराजांना वाचवण्यात यश आलं नाही. वाड्यावरचा भगवा ध्वज डौलानं फडफडतानाच अर्ध्यावर केला गेला. सारं रामपूर शोकसागरात बुडून गेलं. राजस्त्रियांत आक्रोश सुरू होता.

एकटे मानसिंग उघड्या नजरेनं आणि कोरड्या मनानं सारं बघत होते.

■

साऱ्या रामपूरवर दु:खाची छाया पसरली होती. लोकांना राहून-राहून महाराजांची आठवण येत होती. जिथं-तिथं महाराजांच्या अकाली मृत्यूची चर्चा सुरू होती.

वाड्यात राजघराण्याचे नातेवाईक जमले होते. हलक्या आवाजात कुजबुज सुरू होती. तेरा दिवस संपले आणि नातेवाइकांच्या उपस्थितीत मृत्युपत्र वाचून दाखवण्यात आलं. महाराजांच्या महालात सारे नातेवाईक जमा झालेले होते. पलंगावर राणीसाहेब युवराजांना घेऊन बसल्या होत्या. मानसिंग व प्रमुख सरदारमंडळी हजर असतानाच जस्टिस शेळके यांनी मृत्युपत्र वाचायला सुरुवात केली.

...महाराजांनी समाजकार्यासाठी ठेवलेल्या जंगलांचा, कुरणांचा, जमिनींचा उल्लेख केला होता. राणीसाहेब व युवराज यांची व्यवस्था उत्तम केली होती. "माझी प्रिय बहीण सौ. जयनंदा शिर्के हिला भाऊबिजेची भेट म्हणून पिंपरीचा मळा मी बक्षीसपत्रानं दिला आहे." हे वाक्य ऐकताच राणीसाहेब रडू लागल्या. याच भांडणातून सारा अनर्थ घडला होता. डोळे पुसून त्या ऐकू लागल्या.

"मी वर लिहून ठेवल्याप्रमाणे सर्व व्यवहाराची व्यवस्था व्हावी. यासाठी युवराज सज्ञान होईपर्यंत विश्वस्त म्हणून संपूर्ण जबाबदारी मी माझे प्रिय मित्र सरदार मानसिंग शिर्के यांच्यावर सोपवत आहे. माझ्या इच्छेप्रमाणे मृत्युपत्रान्वये जी व्यवस्था करायची आहे, ती करण्यासाठी सरदार मानसिंग शिर्के यांना विश्वस्त या नात्याने परवानगी देत आहे."

शेवटची दोन वाक्यं ऐकताच सर्वत्र शांतता पसरली. राणीसाहेब पलंगावरच्या उशीत तोंड खुपसून रडत होत्या. रडताना पुन:पुन्हा एकच वाक्य म्हणत होत्या, "महाराज, तुम्ही गेलात, पण जाताना कुणाच्या हाती सोपवून गेलात?"

साऱ्यांच्या नजरा मानसिंगांच्याकडे लागल्या होत्या. खाली मान घालून बसलेले मानसिंग हळूहळू उठले. डोळ्यातलं पाणी रुमालानं पुसून ते उभे राहिले. रडणाऱ्या पाठमोऱ्या राणीसाहेबांना मुजरा करून ते महालाबाहेर पडले. राजवाडा त्यांना परका वाटत होता. नजर कोरडी बनली होती. त्या वाड्याशी जोडलेला स्नेहधागा तुटला होता. त्यांनी आपली गाडी शिर्केमहालाकडे वळवली.

दारात दिवाणजी, तुकाराम, माळी व नोकर उभे होते. मानसिंग जिना चढून आपल्या खोलीत गेले. दरवाजा बंद केला. आणि स्वत:ला त्यांनी अंथरुणात झोकून दिलं. आतापर्यंत आवरलेला अश्रूंचा बांध आता फुटला होता. महाराज अजयसिंहांची आठवण त्यांना छळत होती. जगण्याला बळ देणारे तीनच धागे आजवर गवसले होते. आईसाहेब, जया आणि महाराज. महाराज अजयसिंहांची अनेक रूपं त्यांच्या नजरेसमोर तरळत होती.

लहानपणीचे क्रिकेटचे सामने, पाचगणीची शाळा, हॉस्टेल, धुक्यातून दऱ्या-खोऱ्यांतून केलेल्या सहली, युरोपचा प्रवास, तरुण वयातील अनेक हितगुजं,

राज्यारोहण, शिकारी, समाजकार्यातील तळमळ, एकाकीपणातली त्यांची तगमग, दोघांनी केलेले दौरे, पुण्यातले सुखानं भरलेले ते दिवस, विलीनीकरणाच्या दिवसाचं उमदेपण आणि आता हा अकाली मृत्यू.

अजय! अजयसिंह!!

आता दोस्त कुणाला म्हणायचं?

हितगूज कुणाशी करायचं?

नवीन स्वप्नं साकार होताना साथ कुणाला द्यायची?

सारे जण विरुद्ध आहेत.

राणीसाहेबांचा विश्वास नाही.

त्यांना शिकवणारे उदंड आहेत.

मग काम कसं करणार? माझा एकट्याचा टिकाव लागेल?

विश्वस्तपदाचा राजीनामा द्यावा का?

मानसिंग दचकले.

छे! असं करणं म्हणजे मित्राच्या विश्वासाला अपात्र ठरणं. विश्वासघात करणं.

मी जर नसेन तर सारे कावळे या संपत्तीवर तुटून पडतील. एक-एक तुकडा कमी करत शेवटी युवराजांना काही उरणार नाही. न पटेना, न रुचेना, पण ही जबाबदारी मला टाळता येणार नाही.

राणीसाहेब अनपढ. युवराज अज्ञानी. सारे तुझ्याविरुद्ध जातील. छळतील. पण तू घाबरू नकोस, मी सांगितलं तेच कर. दोस्त! दोस्ती निभाना यार!

आंबेवाडीच्या आमराईत दोघं फिरत असताना महाराजांनी काढलेले उद्गार मानसिंगांना आठवले.

नाही, सरदार मानसिंग शिर्के! आता तुम्हाला मागं हटता येणार नाही. कितीही विरोध होवो! प्रलयकाल होवो! पण मित्राला दिलेला शब्द मोडता येणार नाही. रामपूर संस्थानाशी इमानदारी बाळगणं हा तुमचा धर्म आहे.

कुणी विश्वास ठेवोत न ठेवोत. तुम्हाला झुंज द्यायलाच हवी.

कुणी विश्वास ठेवणार नाही कसं?

जया! माझी जया आहे ना! जिच्या डोळ्यांत साऱ्या विश्वातला विश्वास साठवला आहे.

जिच्या चंदनी सहवासात मनाचा सारा दाह शांत होतो.

जया... जयनंदा....

महाराजांच्या मृत्यूनं ती केवढी हादरून गेली असेल!

या पंधरा दिवसांत पुण्याहून आपल्याला काहीच बातमी नाही? आपणही कशी चौकशी केली नाही? आपण तिला विसरलो कसं? ती मात्र आपल्या वाटेकडे डोळे

लावून बसली असेल. काळजी करत असेल.

अस्वस्थ मनानं मानसिंग उठले. पलंगालगत सारी पत्रं रचून ठेवली होती. भराभर त्यांनी पत्रं चाळली. आईसाहेबांचं हस्ताक्षर ओळखून त्यांनी अधिऱ्या मनानं पाकीट उघडलं.

जया सुखरूप प्रसूत होऊन मुलगा झाला होता.

त्यांनी दिवस व वेळ पुन:पुन्हा वाचली. महाराज अजयसिंह गेले तोच दिवस; त्याच पहाटेच्या वेळी जयाला मुलगा झाला होता. तो कागद उराशी धरून मानसिंग रडू लागले.

अजय...अजयसिंह! तुम्ही जवळच आहात. मी वेडा; का शोक करतो आहे?

''तुकारामऽ दिवाणजीऽऽ सदाऽऽ रामूऽऽ''

त्यांनी नोकरांना हाका मारल्या. सारे धावत खोलीच्या दाराशी आले.

''मी पुण्याला जातो आहे. तयारी करा –''

पण त्यापूर्वीच ते मनानं पुण्याला पोहोचले होते.

■

पुण्याच्या बंगल्यावरच्या दारात गाडी थांबली. येताना सर्व प्रवासात मानसिंगांना जयाची सर्व रूपं आठवत होती. आता ते तिला भेटणार होते. बाळाला मांडीवर घेऊन बसलेली असताना ती कशी दिसेल?

मध्येच अजयसिंहांची आठवण येई. अनेक आठवणींनी मन हरवून जाई. कातर बने. या सर्वांमध्ये पाच तासांचा प्रवास संपवून ते पुण्यात कधी पोहोचले, ते त्यांना समजलंच नाही. गाडी पोर्चमध्ये उभी राहिली. हॉर्न वाजवावा असं त्यांना वाटलं. पण बाळ निजला असेल या कल्पनेनं त्यांचा हात बाजूला झाला. त्या खिन्न मन:स्थितीतही त्यांना हसू आलं. पायरीजवळच्या पाण्यानं भरलेल्या घंगाळातलं पाणी पायावर घेऊन ते आत आले. दाराशी मुरली, माळी, त्यांचं सामान गाडीतून बाहेर काढत होते.

दिवाणखान्यात आईसाहेब बसल्या होत्या. एकट्या येणाऱ्या मानसिंगांना बघून त्यांना अजयसिंहांची आठवण झाली. आणि हुंदका फुटला. मानसिंगना मिठीत घेऊन त्या रडू लागल्या.

''मानसिंग, तो पोर असा अकाली कसा हरवला रे?''

काही वेळात मानसिंगांनी स्वत:ला सावरलं. आईसाहेब म्हणाल्या,

''वर जा. ती पोर बाळंतीण आहे. मुलगा झालाय. पण तिचं मन कुठेच नाही. खात नाही. बोलत नाही.''

मानसिंग चटकन उठले. जयाच्या खोलीच्या दाराशी उभे राहिले. पलंगावर पडून जया वरच्या आढ्याकडे एकटक बघत होती.

"जयाऽऽ" मानसिंगांनी हाक मारली.

पाठमोरी होऊन जया रडू लागली. मानसिंग तिच्याजवळ बसले. तिला उठवून बसवत म्हणाले,

"जया, इकडे बघ."

त्यांच्या गळ्यात पडून रडता-रडता जया म्हणत होती,

"माझ्या दादांना कुठं सोडून आलात? मी त्यांना जपा असं म्हणाले होते ना?"

तिचं सांत्वन कसं करावं, हेच मानसिंगांना कळत नव्हतं.

ते म्हणाले, "जया, मला बाळ नाही दाखवणार?"

डोळे पुसून जया उठली. पाळण्यातून तिनं बाळाला बाहेर काढला. पांढऱ्याशुभ्र कपड्यात गुंडाळलेला, काजळ, टोपडं ल्यालेला बाळ तिनं मानसिंगांच्या हाती दिला. अगदी हुबेहूब त्यांची प्रतिकृती होती ती! साऱ्या जगावर विश्वास ठेवून तो खुशाल झोपला होता. त्याला बघून मानसिंगांचं मन भरून आलं. जयाला शेजारी बसवत ते म्हणाले,

"जया, तुझे दादा कुठे गेलेच नाहीत. बाळाच्या रूपानं इथेच परत आपल्या घरात आलेत. मला सारखे म्हणायचे – मानसिंग, मला रामपूरपेक्षा तुझं घर आवडतं. जरा उसंत मिळाली की, तुझ्या घरी जाईन म्हणतो. ते तिथून निघाले आणि इथे आले. रडू नको. जया, पूस ते डोळे!"

जयानं बाळाला जवळ घेतलं.

"खरंच मला वेडीला कसं समजलं नाही? आता मी याला खूप जपेन. तो आला, पण मी माझ्या दुःखातच बुडून गेले होते. त्याच्याकडे लक्षच नव्हतं."

जया डोळे पुसत म्हणाली.

काही काळ दोघं न बोलताच बसली होती. जयानं विचारलं,

"तुम्ही कसे आहात? एवढं मोठं दुःख एकट्यानं कसं सोसलंत? तुमच्या काळजीनं मला इथं चैन पडत नव्हतं. काय झालं दादांना?"

"तो सगळा मनस्तापाचा भाग आहे जया. प्रत्येक मोठ्या माणसाच्या वाट्याला येणारा मनस्ताप. कधीकधी वाटतं, प्रेम, नातं सर्व खोटं. या जगात फक्त स्वार्थ भरला आहे. कुणीच कुणावर निखळ प्रेम करू शकणार नाही असं वाटतं."

"असं का म्हणता? माझं काही चुकलं का?"

जयानं कातर आवाजात विचारलं.

"नाही गं. या स्वार्थी जगात तू इतकी भोळी कशी राहिलीस, तेच मला समजत नाही."

"देवानं मला काय कमी केलंय? माझ्या पदरात जे घातलंय त्यापुढे सारं जग फिकं आहे. शेवटी माणसाला काय हवं असतं? एक साथ, एक सोबत आणि स्वच्छ मन. आनंदानं जगायला इतकं खूप आहे. मी तृप्त आहे. फक्त दादांच्या कौतुकाला मुकले. पण जे मिळालं तेसुद्धा भरून पावलंय."

"तेच म्हणतो जया. आपण खरे भाग्यवान की, त्यांचं खरं प्रेम मिळवू शकलो. हिमानं आच्छादलेलं पर्वतशिखर क्षणकाल दिसतं आणि नाहीसं होतं. मध्ये असतो हिमाचा पडदा. पण त्या पर्वतशिखरानं क्षणभर तरी आपलं मन मोहित केलं त्याचं समाधान आपण बाळगावं. जया, आता धीरानं तू उभी राहा. तुझी साथ घेऊनच मला तुझ्या दादांची सारी स्वप्नं पुरी करायची आहेत. समजलं ना?"

जया विश्वासानं त्यांना बिलगली. मांडीवर तान्हा जीव निर्धास्तपणे विसावला होता.

"दादांची आठवण झाली की, आता वाटतं – एक भव्य हिमखंड मी पाहिला. त्याच्या चारही बाजूंनी सागर उसळत होता. मला वेडीला कसं समजणार की, थोड्याच वेळात तो सागरात विरून जाणार आहे? नाहीतर मी त्यांना इथून जाऊच दिलं नसतं."

"जया, मृत्यू असा चुकवता येत नसतो. वेळ आली की, असेल तिथून शोधून काढतो."

खोलीच्या दाराशी आईसाहेब, शामाबाई, मामा, खाँसाहेब उभे होते.

"अरे! आपण कधी आलात?" शामाबाईंना नमस्कार करीत मानसिंग म्हणाले.

"पोरीचे दिवस भरत आले आणि मला तिथे चैन पडेना. मग सरळ पुणं गाठलं. आले ते बरं झालं. इथं एकट्या आईसाहेब काय करणार होत्या?" शामाबाई म्हणाल्या.

"शिवाय संस्थान विलीन झालं. महाराज गेले. रामपूरची शान संपली. आता ते दिवस परत येणार नाहीत." मामा उदासपणानं म्हणाले.

"राज्य संपलं. राजघराणं संपलं. कलेची कदरदार माणसं गेली. केवढा मान-सन्मान होता कलावंतांना! कोण जाणे पुढचे दिवस कसे येणार ते!" खाँसाहेब डोळ्यांतलं पाणी लपवत म्हणाले.

त्या सर्वांना बघून मानसिंगांना वाटलं, राजाचं, राज्याचं प्रेम या जनमानसात पोहोचलं आहे, पण खऱ्या नातेवाइकांमध्ये त्याचा अभाव का असावा? ज्या राजानं या समाजावर एवढं प्रेम केलं, जनमानसात एवढी प्रतिमा उभी केली, त्याला त्याचे नातेवाईक का ओळखू शकले नाहीत? त्यांच्या कार्याचं मोल कसं समजलं नाही? त्यांना स्वार्थानं आंधळं केलं की, ते पटवून देण्यात महाराज कुठं कमी पडले?

बाळाच्या रडण्यानं ते विचारातून जागे झाले. सारे बाळाच्या कौतुकात गुंतले

होते. एकटी जयाच त्यांच्या अस्वस्थ मनाचा ठाव घेत होती. त्यांची मन:स्थिती तीच शोधू पाहत होती. तिची नजर चुकवून मानसिंग म्हणाले,

"मी कपडे बदलून येतो."

■

त्यानंतरचे दिवस अजयसिंहांच्या आठवणीत सरत होते. जयाचा अधिक वेळ बाळाची अंघोळ, तेल लावणं यात जाई. ज्या वेळी दोघं भेटत, तेव्हा अजयसिंहांच्या आठवणी मानसिंग सांगत असत. त्या ऐकण्यात जया रंगून जाई. मानसिंग आल्यापासून ती बरीच सावरली होती. रामपूरच्या सर्व घटना ऐकून मानसिंग तिथं कोणत्या संकटात आहेत, याचा अंदाज तिला आला होता. एका अनामिक भयानं तिचं मन भरून गेलं होतं. न राहावून ती म्हणाली,

"खरं सांगा, तुम्हाला एकट्यालाच दादांनी विश्वस्त केलं, त्यानं सारे बिथरून गेले असणार. आता सारे एक झालेतर तुम्ही कसं तोंड द्याल?"

"त्याची कल्पना होती म्हणून तर एकट्यावर जबाबदारी सोपवून गेले. खूप अडचणी आहेत. कामही खूप मोठं आहे. युवराज सज्ञान होईपर्यंत मला ते सारं जपायचं आहे. मग कितीही संकटं येवोत!"

भीतीनं जया म्हणाली, "मला फार भीती वाटते. तिथं तुम्ही एकटे. काळजीनं मला इथं चैन पडत नाही."

"एकटा कसा? कल्पना कर जया, आज तुझी सोबत नसती तर, केवढा होरपळून गेलो असतो! तू आहेस. बाळ आहे. तुमच्या आठवणींनंही मन पिसागत हलकं होतं. आईसाहेब मात्र फार थकल्यात. तू त्यांची काळजी घ्यायला आहेस, म्हणून मी निश्चिंत आहे. माझ्यापेक्षा फार लहान वयात फार मोठी जबाबदारी तुझ्यावर आहे."

■

मानसिंग सकाळचा चहा घेत बागेतल्या लाकडी झोपाळ्यावर बसले होते. माळी काम करीत होता. खाँसाहेब बागेत शतपावली करीत होते. मध्येच ते जिथे मानसिंग बसले होते तिथे आले.

"बसा खाँसाब!"

समोरच्या खुर्चीकडे बोट करीत मानसिंग म्हणाले, "तुमचा वेळ जात नसेल ना? तुमची शिष्या विश्रांती घेत आहे."

''हां! वेळ जात नाही हे खरं. ये बुढापा बहोत खराब है। त्याला काम पाहिजे. आपली इजाजत असेल तर शामाबाई परत जातील, तेव्हा रामपूरला परतावं म्हणतो.''

खाँसाहेब हळूच म्हणाले.

''का? खाँसाहेब, इथे काही कमतरता वाटते का? काही उणीव असेल तर सांगा. जाण्याचा विचार का आला?''

''नाही! अल्ला की कसम! तसं काही नाही. फार मजेत आहे मी. बिटियाच्या घरी नबाबासारखा राहतोय. बात वो नहीं!''

''मग जाण्याची गोष्ट का बोलता?''

''सरकार, संस्थान विलीन झालं. राजाश्रय संपला. आज प्रत्येकाला स्वत:चा विचार पडला आहे. आता खर्च बेतानं केला पाहिजे. अंथरूण बघून पाय पसरायला पाहिजेत. नोकर, ऐशआराम कमी करायला पाहिजे. मी गेलो तर एक माणूस कमी होईल. म्हातारं माणूस. फक्त खायला भार. आपण तोंडानं म्हणणार नाही पण मी समजून घ्यायला हवं. आपण परवानगी द्याल तर रामपूरला माझं लहान घर आहे. तिथे राहावं म्हणतो.'' खाँसाहेब मान खाली घालून बोलत होते.

त्यांच्याकडे बघून मानसिंगांना वाटलं, हाच समजूतदारपणा राजपरिवारात असता तर किती बरं झालं असतं!

''खाँसाहेब, शिर्के घराण्याला कधीही राजाश्रयावर जगण्याची पाळी आली नाही. देवदयेनं पोटापुरतं आहे. त्यावर सर्वांना सुखानं जगता येईल. परिस्थिती बदलली म्हणून माणसाचं खानदानी मन बदलू शकत नाही. जो खरा खानदानी आहे त्याचं मन कधीच बदलणार नाही. आपले आई-वडील कधी कोणाला घराबाहेर काढत नसतात. जशा आमच्या आईसाहेब, तसेच आपण आहात! आपण कोणताही विचार न करता जरूर इथे राहा. जया वयानं लहान आहे. आईसाहेब अशा थकलेल्या. मी संस्थानाच्या कामात गुंतून पडलेला. या वेळी आपण इथे राहणं फार जरूर आहे. आपल्या आधारावर मी निश्चिंतपणे रामपूरला जाऊ शकतो. आपण इथे असला, तर मला जयाची कोणतीच काळजी उरणार नाही.

■

दिवाणखान्यात पाळणा फुलांनी सजवून ठेवला होता. दारावर झेंडूच्या फुलांचं तोरण लटकत होतं. सखूबाई पुरणाचे दिवे करून त्यात तेल वाती घालीत होत्या. नंदा, सरू, हसीना या जयाच्या मैत्रिणी खास बाळाच्या बारशासाठी जयाच्या घरी आल्या होत्या. आईसाहेब व जया त्यांची लगबग बघत कोचावर बसल्या होत्या.

जया बाळाला मांडीवर घेऊन बसली होती. मानसिंग एका कोचावर बसून तो सोहळा बघत होते.

हसीना म्हणाली, ''जिजाजी, मी आत्या आहे बाळाची. मी नाव ठेवणार. पण साडी द्यावी लागेल. एक नव्हे! दोन! एक मेहुणीची म्हणून आणि एक बहिणीची. कबूल ना?''

सारे हसले. शामाबाई कौतुकानं म्हणाल्या,

''इतकी मोठी झाली पण स्वभाव बदलला नाही. या साऱ्या जणी अशाच –''

हसीनानं बाळाला पाळण्यात ठेवलं, बाळाच्या कानात नाव सांगितलं. आणि मग त्याच्या तोंडात साखर घालत सर्वांकडे बघून ती मोठ्यानं म्हणाली –

''बाळाचं नाव अजय ठेवलं आहे.''

मानसिंग आणि जयानं एकमेकांकडे बघितलं. डोळ्यांत साठलेल्या पाण्यात अजयसिंहांची अनेक रूपं उमटली होती.

■

मानसिंग रामपूरला परत आले. सर्व प्रवासात त्यांचं मन अनेक आठवणींत हरवलं होतं. आयुष्यात केलेला सुखदुःखाचा डाव ते पुनःपुन्हा आठवत होते. अजयसिंहांच्या संगतीत बालपण सरलं होतं. सुखाच्या गुलमोहरी वाटेवरून दौडत असतानाच बालपण सरून ते जबाबदार बनले होते. या सुखातून वाटचाल करतानाच कांचनमाला जीवनात आल्या होत्या. सारे गुलमोहर जळून गेले आणि निष्पर्ण आकृती मग साऱ्या वैराण वाटचालीत भेडसावत राहिली. तोवर जया भेटली. आकाशातल्या नक्षत्र-लेण्यांनी त्या ओसाड गुलमोहरावर आपली नजर टाकली होती. आणि चंद्रकिरणांचं तेज लेवून तो पुन्हा फुटला होता. ती सारी पानं चंदेरी महिरपीनं नटून गेली होती. नाजूकपणानं लवलवत होती. वैराण वाट चांदण्यात निथळत होती. तोवर अजयसिंह गेले. पुन्हा एक प्रचंड आघात. वाट दाखवणारा, मन मोहरून टाकणारा एक तारा परत निखळून गेला होता. या ऊन-पावसात आजवर जीवनाची वाट सरली. अखेर हे जीवन असंच असतं? मानसिंगांना त्यांचे अनेक मित्र आठवले. किती वर्षांपासून ते बघत होते. अगदी स्थिर, ठरावीक चाकोरीतलं जीवन ते जगत होते. मग आपल्याच वाट्याला हे उत्पात, प्रपात का यावेत? हे चढउतार शोधताना आपलीच दमछाक का व्हावी? जीवनात त्याचे शतरंग दाखवून सारं चमत्काराचं भांडार आपल्याला उलगडून दाखवायचं ठरवलंय! अजयसिंह गेले. हा प्रचंड आघात झाला खरा! पण त्याच वेळी बाळ अजय घरात आला. म्हणजे जे हरवतं ते कुठेतरी पुन्हा गवसतं. या हातानं सुख आणि त्या हातानं

दु:ख अशी उधळण करीतच जीवन जात असतं. ज्याच्या ओंजळीत जे दान पडेल, ते त्यानं स्वीकारायचं.

आता जयाची साथ आहे. बाळाचा विसावा आहे. आईसाहेबांचा आधार आहे. मग कशासाठी बेचैन व्हायचं? या विचारात हरवलेले मानसिंग रामपूरला पोहोचले. शिर्केमहालाच्या बंगल्याच्या आवारात गाडी वळली. अचानक त्यांची नजर आंब्याच्या झाडामागे लपलेल्या आठ-नऊ वर्षांच्या एका लहान मुलाकडे गेली. त्याचे टपोरे डोळे भीतीनं बावरून गेले होते. मानसिंगांच्यावर खिळले होते. मानसिंग हसले. झाडामागे लपणाऱ्या खारीची आठवण त्यांना झाली. गाडीतून उतरून ते झाडाकडे निघाले. अचानक त्यांना बाळाची आठवण झाली. असाच दिसेल तो मोठा झाल्यावर! त्याच विचारात त्या मुलाजवळ जाऊन ते गुडघ्यावर बसले आणि त्याला विचारलं,

"आपण कुणाला भेटायला आलात?"

"आम्ही मानसिंगराजेंना भेटायला आलो आहोत."

"एकटेच?"

"अहं! आई आहेत. मामासाहेब आहेत."

त्याच्या धीटपणाचं मानसिंगांना हासू आलं. त्यांनी त्या मुलाला उचलून हातावर घेतलं. ते म्हणाले,

"अस्सं! घर कुठं आहे आपलं?"

शिर्केमहालाकडे बोट दाखवत तो म्हणाला,

"ते काय! आमच्या आई तिथेच आहेत."

चमकून मानसिंगांनी विचारलं,

"तुमचं नाव?"

"विक्रमसिंग मानसिंग शिर्के."

म्हणजे हा आपलाच मुलगा!

इतक्यात तो म्हणाला, "आपण कुणाला भेटायला आला आहात? मानसिंगराजे पुण्याला गेले आहेत."

त्याच्या गोऱ्या गालाची पापी घेऊन मानसिंग हसले.

जीवनाचा आणखीन एक डाव मांडला होता. नवीन प्यादी. नवे डावपेच!

एक दीर्घ उसासा सोडून ते चालायला लागले.

ते पोर्चमध्ये आले. बंगल्याच्या दरवाजात कांचनमाला जळजळीत नजरेनं बघत होत्या. ओळखू न येणाऱ्या रूपात. त्यांनी जीन्स व कुडता घातला होता. केसांचा बॉबकट केला होता. ओठ रंगवले होते. शरीर कमालीचं स्थूल झालं होतं.

मानसिंग त्यांना चकित नजरेनं बघत होते.

"का? ओळख पटली नाही? हा विक्रम! विक्रम, हे तुझे डॅडी!"

छोटा विक्रम खाली उतरला. त्यानं मानसिंगांचा हात हाती घेतला. शेकहँड करत तो म्हणाला,

"हॅलोऽऽ"

यावर सारे हसले. मानसिंग आत आले. त्यांचे मेहुणे कोचावर बसले होते. कोरड्या आवाजात ते म्हणाले,

"हॅलोऽ"

मानसिंग जिना चढून माडीवरच्या आपल्या खोलीत गेले. त्या खोलीचं सारं रूप बदललं होतं. मोठमोठ्या बॅगा, विक्रमचे खेळ, छोटी कॉट. साऱ्यांनी खोली पार भरून गेली होती. टीपॉयवरचा त्यांचा व जयाचा फोटो तिथे दिसत नव्हता. त्या ठिकाणी सौंदर्यप्रसाधनाची सारी साधनं मांडून ठेवली होती. ड्रेसिंग टेबलाच्या कडेलाच एका टेबलावर एक आइसबॉक्स होतं. मानसिंगांनी ते उघडलं. बर्फानं भरलेल्या त्या पेटीत बिअरच्या बाटल्या खच्चून भरल्या होत्या. शेजारीच ट्रेमध्ये उंची ग्लासेस ठेवले होते.

संतापानं मानसिंगांनी हाक दिली,

"तुकाऽ"

तुका दाराशीच होता. तो चटकन आत आला.

"जी!"

"तुका, हे सर्व इथे कुणी आणलं? आणि फोटो कुठे गेला?"

"फोटू आईसाहेबांच्या खोलीत ठेवलाय जी. आनी ते सारं वैनीसायबांनीच आणलंय जी. आनी हे बी म्याच आनून दिलंय. मालकीण जी त्या. म्या न्हाई कसं म्हननार?"

तुका ड्रॉवरमधली सिगारेटची पाकिटं दाखवत म्हणाला.

"तुका, या चाव्या घे. माझं कपाट उघड. सारं सामान आईसाहेबांच्या खोलीतल्या कपाटात लाव. खालच्या बाथरूमचा गीझर चालू कर लवकर."

मानसिंग जिना उतरू लागले.

"व्हय जी."

तुका लगबगीनं म्हणाला. आता त्याला उत्साह आला होता. इतके दिवस घर कसं आळणी वाटत होतं. इकडे-तिकडे काही घडतच नव्हतं. पण त्याच्या बुद्धीनुसार तो खेळ खेळणार होता. तो चावी लावून कपाट उघडू लागला. मागून कांचनमालांची हाक आली,

"तुका, काय चाललंय?"

"सामान जी सरकारांचं. खालच्या खोलीत न्हेतूया. सरकार म्हणालं, इथं जागा लहान आहे."

''खालच्या खोलीत जाताहेत? बरं झालं. कुठेही जा म्हणावं. मी डोकीवर बसणार आहे. तुका, सोवळेकऱ्याला सांग. उद्या मी संध्याकाळी इथल्या बायकांना बोलावलंय चहाला. खिम्याचे कटलेट्स, ओल्या मटारच्या करंज्या, फ्रूट सॅलड, सर्वांची तयारी करून ठेव आजच. नाहीतरी ऐनवेळी धावपळ कराल. सगळी क्रोकरी नीट लावून, टेबल तयार ठेवायचं तुझं काम. ए वेंधळ्या नीट ऐकतोस ना?''

''व्हय जी!''

साऱ्या बायका जमल्यानंतर काय-काय रामायण रंगेल या कल्पनेत रंगलेला तुका सावरून म्हणाला,

''समदं झॅक करतू जी. आता घराला घरपन आलं जी. बाईमानसाबिगर घराला घरपन न्हाई जी.''

''का? ती बाई कधी आली नाही इथे?''

''हितं? तेंची जागा हितं कधी असल! हितं तुमीच शोभून दिसताय जी.''

''तुका!'' खालून मानसिंगांची हाक आली.

''आलू जी.'' म्हणत तुका कपडे हातात घेऊनच जिना उतरू लागला. त्याच्या अंगात दहा हत्तींचं बळ आलं होतं. मन अश्वगतीनं धावत होतं. डोळे लबाड कोल्ह्यासारखे चमकत होते.

■

मानसिंग इंग्रजी पुस्तक वाचण्यात रंगून गेले होते. टेबललँपचा मंद उजेड खोलीत पसरला होता. अचानक दारावरच्या पडद्याची सळसळ झाली. मानसिंगांनी दरवाजाकडे बघितलं. दारात कांचनमाला उभ्या होत्या. त्यांनी अंगात सैलसा नाइट गाऊन घातला होता. नजर मानसिंगांच्यावर खिळली होती.

''आपण?'' मानसिंग पुस्तक मिटून टेबलावर ठेवत म्हणाले, ''या वेळी?''

''नवऱ्याला भेटायला वेळ-काळ बघावा लागत नाही. या वेळी येण्याचा हक्क माझाच आहे.''

''ते नातं फार पूर्वीच संपून गेलं आहे, गेली सात वर्षं आपल्याला या हक्काचा विसर पडला होता. अचानक आठवण झाली. आणि इथं आलात... त्याचं कारण?''

''कारण हे घर माझं आहे.'' खोलीत येत कांचनमाला म्हणाल्या.

''आता फार उशीर झालाय. या घराबद्दल प्रेम असतं, तर सात वर्षं या घरापासून दूर राहिला नसता. तुम्ही इथं आलात याचं कारण तुमची वाढलेली मिजास सांभाळणं ग्वाल्हेरकरांना शक्य नव्हतं. त्यांच्या साऱ्या इंडस्ट्रीजनी धंद्यात सपाटून मार खाल्लाय. शेती त्यांनी जपली नाही. राजाश्रय सुटला आहे. अशा वेळी

तुम्हाला ठेवून घेणं त्यांना जड होतं. शिवाय तुमचं वागणं मर्यादा सोडून चाललं होतं. तुमचं ऐश पुरवणं, सोसणं यापुढं त्यांना अशक्य होतं.''

मानसिंग शांतपणे एकेक शब्द उच्चारत होते.

''शट अप! माझे आबा म्हणजे शिर्के नव्हेत. दहा पिढ्या बसून खाल्लं तरी संपणार नाही इतकी श्रीमंती आहे.''

''अस्सं? मग इथं का आलात? ती श्रीमंती, ते मोकाट वागणं उपभोगायचं होतं तिथंच! कशासाठी हा छळवाद मांडलात? ना तुम्ही सुखी होताय, ना मला सुखानं जगू देताय.''

''त्यासाठीच मी आले आहे. तुम्हाला मी सुख लागू देईन? त्या दासी-बटकीपासून?''

समोरच्या फोटोकडे जळजळत्या नजरेनं बघत कांचनमाला म्हणाल्या.

''कांचनमाला! शब्द जपून वापरा. जया माझी पत्नी आहे.''

''असं? आणि मी? मी कोण आहे?''

मानसिंग अस्वस्थपणे फेऱ्या मारीत होते.

''का? उत्तर सुचत नाही?''

''कांचनमाला, तुम्हाला समजून सांगणं कठीण आहे. पण सांगणं भाग आहे म्हणून सांगतो. केवळ दुर्दैवानं आपलं लग्न झालं पण खऱ्या अर्थानं मी ते लग्न मानत नाही. दोन मनांचं मीलन म्हणजे खऱ्या अर्थानं लग्न. कायदा, परंपरा यांच्या चौकटीत बांधणं म्हणजे लग्न नव्हे. तर तो व्यवहार असं मी मानतो. तुम्हाला पैसा हवा आहे. चैन हवी आहे. सारं घ्या. तुमचा खर्च मी देईन. विक्रमची जबाबदारी मी घेईन. पण तुम्ही इथं राहू नका. एकदा हा उंबरठा ओलांडून माहेरचा आधार घेतलात. आता तोच कायम ठेवा.''

थोडं थांबून ते म्हणाले, ''तसं करण्यात... तसं करण्यात दोघांचंही भलं आहे. जे जीवन स्वीकारलंत तेच तुम्ही स्वीकारा. मला शांतपणे जगू द्या.''

''मी गेल्यानंतर त्या बयाला लगेच आणलंत! माझ्या जाण्याची वाटच बघत होता.''

''नाही. आधी तुम्ही घर सोडलंत. तुमची, बाळाची मी वाट बघत होतो. तुम्ही बोटभर पत्रही पाठवलं नाहीत. उलट पैसे मागवून युरोपला गेलात. सात वर्षं. सात वर्षं मी कशी काढली, कोणत्या यातना भोगल्या याची साधी कधी चौकशी केलीत? आईसाहेब थकलेल्या. हे उजाड झालेलं घर बघून रोज रडत त्या दिवस काढत होत्या. त्यांना मी कसा दिलासा देणार होतो? त्या थकल्या जीवाला कसं सुख देणार होतो? माझी तुमच्यापासून फार मोठी अपेक्षा नव्हती. नुसतं या घरात समाधानानं जगला असतात तरी मी आलेल्या संकटांना आनंदानं सामोरा गेलो असतो. शेवटी

माणसाला काय हवं असतं? फक्त एक विश्वास!''

"मिळवलात ना शेवटी? मायलेकरांनी शेवटी पायरीचा दगड घरात आणलात. साऱ्या बायका कुत्सितपणानं हसतात. तुमचं एक ठीक आहे. पण आईसाहेबांनी जनाची नाही तरी मनाची लाज....''

"कांचनमाला!''

मानसिंग ओरडले,

"बाहेर व्हा खोलीच्या. या घरात आईसाहेबांना बोललेलं मला खपणार नाही. तुम्ही जा. जा इथून! पुन्हा या खोलीत येण्याचं धाडस करू नका. माझ्या दृष्टीनं तुम्ही परस्त्री आहात.''

कांचनमाला संतापानं उठल्या. आणि चालताना त्या समोरच्या टेबलावर अडखळल्या. त्यांना चालता येत नव्हतं. मानसिंग म्हणाले,

"तुम्ही ड्रिंक्स घेऊन इथे आलात! या घरची ही पद्धत नाही.''

"या घरची पद्धत साऱ्या जगाला ठाऊक आहे. उगीच आव आणू नका. आणि लक्षात ठेवा, मी इथेच राहणार. तुमच्या डोकीवर. अशीच वागणार आहे तुमच्यासमोर. समजलं? मला जा म्हटलं म्हणून मी जाणार नाही. कारण मी तुमची पत्नी आहे.''

असंबद्ध बडबडत, झोकांड्या देत, कठड्याला रेलून कांचनमाला जिना चढत होत्या. त्यांच्या जाण्याकडे मानसिंग विस्फारल्या नजरेनं बघत होते. डोकीत घणाचे घाव पडत होते.

■

सकाळची वेळ होती. राणीसाहेब कोचावर बसल्या होत्या. मानसिंग त्यांना सर्व हिशेब समजावून सांगण्याचा प्रयत्न करीत होते. त्या मख्खपणे बसून ऐकत होत्या. त्यांचं लक्षच नव्हतं.

"महाराजांच्या इच्छेप्रमाणं म्युझियम, गावोगाव शाळा, दवाखाने, विहिरी असं बरंचसं काम झालं आहे. पण आंबेवाडीची योजना फार मोठी आहे. शैक्षणिक वसाहत उभी करण्याचं काम चालू आहे. पण पैसे कमी पडणार आणि काम अर्धवट राहणार. या वसाहतीसाठी पैसे कमी पडले, तर महाराजांनी पिंपळगावचं कुरण विकावं असं सांगितलं आहे. त्या पैशांतून बांधकाम पूर्ण केलं की, सर्व काम पूर्ण होईल. पावसाळा समोर आहे. यापूर्वी कुरण विकलं गेलं पाहिजे. गिऱ्हाइकं आली आहेत. व्यवहार पुरा करण्यापूर्वी आपल्या कानावर असावं म्हणून सांगतो.''

पैशाचं नाव निघताच राणीसाहेब सावध झाल्या.

मानसिंग सांगत होते, "मी महाराजांना सांगितलं होतं की, यापुढे काहीही

विकलं तरी त्यातला अर्धा भाग युवराजांना मिळावा व महाराजांनी ते मान्य केलं होतं. पण कायद्यानं हा पैसा दाखवता येणार नाही. बँकेत जमा करता येणार नाही. म्हणून पर्यायी उपाय म्हणून हा पैसा अन्य धंद्यात गुंतवावा. शेअर्स घ्यावेत म्हणजे पैसे सुखरूप. शिवाय ते थोडं सावध वागणं ठरेल, असं मला वाटतं. सरकार संस्थानिकांच्या खासगी जमिनीवर लक्ष ठेवून आहे. आपण तज्ज्ञांचा सल्ला घेऊन पावलं टाकू.''

''सरदार शिर्के, काम अपुरं राहिलं तरी चालेल. पण कुरण विकून आलेले सर्व पैसे आमच्या हाती आले पाहिजेत.'' राणीसाहेब म्हणाल्या.

''राणीसाहेब, इतका पैसा दाखवता येणार नाही. त्याचा टॅक्स भरण्यात आपण अर्धे होऊ. शिवाय मृत्युपत्रानुसार वागणं हे माझं कर्तव्य आहे. मी जे निर्णय घेऊ इच्छितो ते निर्णय माझे नाहीत. महाराजांनीच ते लिहून ठेवले आहेत. हे आपण जाणता.''

''ते मृत्युपत्र शंभरवेळा मला दाखवू नका. आपलं मूल भिकेला लावून दुसऱ्यांच्या मुलांना शिक्षण आणि त्यांचं भलं करण्याचे दिवस गेले. मृत्युपत्र केलं ते दिवस गेले. मृत्युपत्र केलं ते दिवस आणि आजचे दिवस यात फार फरक आहे. सर्वांनी आपलं भलं करून घेतलं. राजपरिवारानंच दान करण्याचा मक्ता घेतला नाही.''

''पण राणीसाहेब...'' मानसिंग त्यांना अडवत म्हणाले.

''हे पाहा. मी अडाणी आणि युवराज अज्ञानी. याचा आणि त्या मृत्युपत्राचा आधार घेऊन मी तुम्हाला वाटेल तो व्यवहार करू देणार नाही. मी स्पष्ट सांगते. कुरण विकणार असाल, तर सर्व पैसा राजपरिवाराला आला पाहिजे. बांधकाम कसं पूर्ण करायचं तो तुमचा प्रश्न. कारण तुम्ही ट्रस्टी. पण कुरण विकण्याचा व्यवहार आम्ही करू. तुमचा यात संबंध असणार नाही.''

ताठरपणे आलेलं वाक्य मानसिंगांना लागलं. तरी अजिजीनं ते म्हणाले,

''आपण माझ्यावर विश्वास ठेवा राणीसाहेब. महाराजांना स्मरून सांगतो. मी जे करतो आहे, त्यात युवराजांचं भलं आहे. माझा कोणताही स्वार्थ नाही. आपण महाराजांचं स्वप्न पुरं करू. त्यांनी आपल्याला काही कमी केलेलं नाही.''

''म्हणून आम्ही दान करू? शक्य नाही. माझं म्हणणं मी स्पष्ट केलंय. आपण जाऊ शकता.''

''तर मग मलाही माझा निर्णय बदलता येणार नाही. महाराज अजयसिंहांचा एकमेव ट्रस्टी म्हणून मला त्यांच्या इच्छेप्रमाणे आंबेवाडीचं काम पूर्ण केलंच पाहिजे. त्याचबरोबर युवराज सज्ञान होईपर्यंत जपणंही भाग आहे. आपण मला समजून घ्यावं. इतरांचं ऐकून कुणाचं भलं होणार नाही –''

मुजरा करून मानसिंग महालाबाहेर आले.

बाहेरच्या प्रतीक्षागृहात फडणवीस, दफ्तरदार, जगदाळे वगैरे मंडळी गंभीर चेहरे करून बसली होती. मानसिंगांनी एकवार त्यांच्याकडे पाहिलं. ते सर्व जण टक लावून त्यांच्याकडे बघत होते. मानसिंग वाड्याच्या पायऱ्या उतरत असताना अचानक त्यांची नजर उजवीकडे वळली. त्यांचे दिवाणजी दबत्या पावलांनी पॅलेसच्या उजव्या बाजूच्या प्रवेशद्वारातून आत चालले होते. त्यांनी गाडी सुरू केली. महाराजांच्या अर्धपुतळ्याला वळसा घालून त्यांनी शिर्केमहालाकडे गाडी वळवली.

गाडी पॅलेसमधून बाहेर गेली तशी, प्रतीक्षागृहातली सर्व मंडळी राणीसाहेबांच्या बोलण्यावरून आत गेली. राणीसाहेब संतापानं फुलून गेल्या होत्या.

"कोण समजतात स्वत:ला? आमच्या अन्नावर पोसलेत आणि आता तोंड वर करून आम्हाला उत्तर देतात? म्हणे विश्वस्त! युवराजांचं भलं करणार आहेत. माझ्या मुलाचं भलं मला समजतं. काय जादू करून ठेवली होती महाराजांवर कोण जाणे! एवढे अधिकार त्यांना देऊन गेले! मला काहीच अधिकार नसावा?"

"राणीसाहेब, आपण शांत व्हावं. सरदार शिर्के जमिनी विकण्याचा, पैशांचा व्यवहार स्वत:च्या हातात ठेवणार. कारण ते स्वत:चा फायदा थोडाच सोडणार?"

दफ्तरदार म्हणाले, "अहो, कुरण काय थोडं आहे? त्यात चरायचं सोडून ते दुसऱ्याला कोण देईल? लाखो रुपयांचा व्यवहार, हजारोंची उलाढाल, जन्माचं कल्याण!"

"त्यातून दोन संसार. पहिली बायको या थाटानं राहिली अशीच, तर शिर्केंचं दिवाळं निघणार आहे. ती पुण्याची बाई तर लुटायलाच आली आहे, मग या मार्गानं पैसा मिळवायची संधी ते सोडणार नाहीत." जगदाळे म्हणाले.

"पण यातून काहीच मार्ग नाही. कारण शिर्के महाराजांचे एकमेव ट्रस्टी आहेत. त्यांना सर्व अधिकार आपल्या महाराजांनी पूर्वीच दिले आहेत. सरकारमान्य झालेलं मृत्युपत्र आहे. उपाय एकच. युवराजांनी सज्ञान होणं." फडणवीस म्हणाले.

"तोवर मी हे सारं बघत बसू? शक्य नाही." राणीसाहेब किंचाळल्या.

"उपाय आहे. आपण थोडं धाडस करायला हवं." दफ्तरदार म्हणाले.

"कोणता?" आशेनं राणीसाहेबांनी विचारलं.

"आपण विश्वस्त या नात्यानं काम करणाऱ्या शिर्केंवर अविश्वास असल्याचा अर्ज प्रशासकाकडे करावा. युवराजांचं भविष्य धोक्यात आहे. यासाठी शिर्केंच्या व्यवहाराची चौकशी करावी, असंही त्यात नमूद करावं. मात्र त्यासाठी घाई करू नये. त्यांना जरा पावलं उचलू देत. आपण लक्ष ठेवू. योग्य वेळ येताच जाळं टाकू. किती झालं तरी महाराजांचा परिवार सांभाळणं आमचं कर्तव्य आहे. खाल्लेल्या अन्नाशी बेइमान व्हायला आम्ही काही शिर्के नाही." दफ्तरदारांनी सल्ला दिला.

"अविश्वासाचा अर्ज केला तर काय होईल?" राणीसाहेबांनी उत्सुकतेनं विचारलं.

"काय होईल? वॉरंट येईल. तो तुरुंगात जाईल. चौकशी होईल. त्याला तोंड देता-देता सारा जन्म जाईल. बदनामी होईल. जगात छीऽऽ थूऽऽ होईल. कायदा कुणाला सोडत नाही. आपण सारा भार आमच्यावर सोपवा."

"बरं झालं, निदान तुम्ही सारे माझ्या पाठीशी आहात. मी एकटी काय करणार होते बाई!" राणीसाहेब समाधानानं म्हणाल्या,

'खरंच असं होईल? होणारच –' सर्वांचे डोळे ते दृश्य रंगवण्यात रंगले होते.

■

मानसिंगांनी गाडी शिर्केमहालाच्या पोर्चमध्ये आणली. बंगला शांत होता. त्यांना बरं वाटलं. या क्षणी त्यांना कुणी नको होतं. पॅलेसवर झालेला प्रकार त्यांचं मन दुखवून गेला होता. पोर्चच्या पायऱ्या चढून ते आत आले. संध्याकाळची वेळ होती. देवघरात दिवा लागला होता. जेवणघरात नोकरांची गडबड चालू होती.

"तुका, काय गडबड आहे? सर्व मंडळी आहेत कुठे?"

"पार्टी जी! मागच्या बागंत. गार्डन का काय म्हंत्यात तितं समदी...."

"पार्टी?"

मानसिंग बाजूच्या व्हरांड्यात गेले. हिरवळीवर गार्डन पार्टी रंगली होती. टेपरेकॉर्डरवर पॉप म्युझिक वाजत होतं. सोड्याच्या बाटल्या फुटत होत्या. अनेकांच्या हातात ग्लासेस होते.

"कांचन, खरंच फार मजा आली. यू आर सिंपली अ वंडरफुल गर्ल."

"हं! इतकी छान बायको असून नवऱ्याला कदर कुठे आहे?"

मानसिंग आत वळणार तोच आवाज आला.

"विकी, डान्स! बाबा, डान्स!"

मानसिंगांनी चमकून बघितलं. तुळशीकट्ट्याच्या चौथऱ्यावर छोटा विक्रम नाचत होता. इंग्रजी सुरावटीवर लचकत होता. ते बघून मानसिंगांचा संयम सुटत होता. पण स्वतःला सावरून ते आत गेले. या वेळी तिथे जाणं अप्रस्तुत होतं, याची त्यांना पूर्ण जाणीव होती.

रात्री बारानंतर पार्टी संपली. मानसिंग दिवाणखान्यातल्या कोचावर बसले होते. कांचनमाला गाणं गुणगुणत आत आल्या. मानसिंगना बघून त्या थबकल्या. हसल्या आणि जिना चढू लागल्या.

"कांचनमाला, थांबा. मला काही सांगायचं आहे."

ते रूक्ष आवाजात म्हणाले.

"रात्रीचे बारा वाजून गेलेत. या वेळी एका परस्त्रीशी बोलणं शिर्केंना शोभत नाही!"

"कांचनमाला, मला जास्ती बोलायचं नाही. पण हे सर्व काय चाललंय? तुमचे ग्वाल्हेरचे मित्र या घरात आणता? या परिसरात हे वागणं शोभणारं नाही. शिर्के अमीर नाहीत. हा खर्च मला परवडणारही नाही. अजून घरच्या स्त्रीनं मर्यादा ओलांडली नाही. तुम्ही इथं राहणं योग्य नाही, हे मी पूर्वीच सांगितलं आहे. मी वकिलांशी बोलणं करतो, आपण घटस्फोट घेणंच या परिस्थितीत योग्य. मी या वेळी हा विषय काढणार नव्हतो. पण मला दिवसा सवड नसते व तुम्हीही घरात नसता, म्हणून आता बोलावं लागलं."

मानसिंगांनी विषय संपवला.

"अस्सं! गाडी इथवर पोहोचली? आता माझं म्हणणं नीट ऐका. मी घटस्फोट कधीच देणार नाही. कोर्टकचेऱ्या करा हवं तर! पण हे घर, माझा हक्क सोडणार नाही. एका छपराखाली आपण राहतोय. ते खुशीनं की नाइलाजानं ते कोण ठरवणार? तुम्ही म्हणाल नाइलाजानं. मी सांगेन खुशीनं! मामला खतम! माझ्या पार्ट्या, माझे मित्र झेपत नाहीत. मग मी काय करू शकते? मी अशीच वागणार हे मी पूर्वीच स्पष्ट केलंय. आता मामला उरला घरच्या स्त्रीचा! तिच्या वागण्याचा! घरची जाणती स्त्री दासीला सून म्हणून जवळ करते. इथंच या घरच्या स्त्रीनं मर्यादा ओलांडलीय. मी घरात समाधानानं राहावं असं वाटत होतं ना? मग मी आनंदात आहे. पैसा, प्रेस्टीज, मित्र, चैन! मला जगायला खूप गोष्टी आहेत. शिवाय सगळे म्हणतात – पुअर कांचन!"

कांचनमालांचे डोळे हिंस्त्र बनले होते. सुडाचा आनंद त्या पुरेपूर उपभोगत होत्या. सुखाच्या अत्युच्च शिखरावर उभं असल्याचा आनंद त्या लुटत होत्या.

"पण... पण या वातावरणाचा विक्रमवर काय परिणाम होईल, याचा विचार करा."

"ओऽह! तुम्हाला विक्रम नावाचा मुलगा आहे हे निदान लक्षात आहे! थँक्स! थँक यू सो मच! त्याची काळजी करू नका. त्याच्या वडिलांनी एका बाईशी अफेअर केलंय, हे त्याला समजेल त्याच वेळी तो खरा शहाणा होईल. शिवाय तो मॉडर्न जगात वाढणारा मुलगा आहे. डान्स, ड्रिंक्स, फ्रेंड्स, पार्ट्या साऱ्यांची त्याला सवय व्हायला हवी. तो नावानं शिर्के आहे. पण मॅनर्स माझे शिकेल. एनी क्वेश्चन?"

मानसिंगांनी दोन्ही हातांनी मस्तक दाबून धरलं होतं. त्यांच्या नजरेसमोर काळोख पसरला होता. कांचनमाला समाधानानं ते दृश्य बघत होत्या. हळूहळू त्या वर निघून गेल्या. तुका आत आला. त्याची नजर थंड होती. हातात पाण्याचा ग्लास होता.

तुका म्हणाला, ''पानी जी!''

मानसिंग तसेच बसले होते. शांतता जाणवत होती. इतक्यात त्या शांततेचा भंग करणारी टेलिफोनची घंटा खणखणली. मानसिंग दचकले. घड्याळात बघितलं. रात्रीचा एक वाजला होता. त्यांनी रिसीव्हर उचलला. त्यांनी हॅलो म्हणण्यापूर्वीच तिकडून खाँसाहेबांचा आवाज आला –

''सरकार, मासाब फार बीमार आहेत. आपण ताबडतोब निगा.''

क्षणभर आपण काय ऐकतोय हे मानसिंगांना समजलंच नाही. समजलं तेव्हा त्यांनी फोन खाली टाकला. टेबलावरची गाडीची चावी घेतली आणि दरवाजा उघडून ते गाडीत बसले. 'काय जी...काय जी...' करणाऱ्या तुकाला त्यांनी उत्तर दिलंच नाही. त्यांची फियाट अंधाराचा वेध घेत पुण्याच्या दिशेला चालली होती. गाडी चालवणाऱ्या मानसिंगांना कशाचंच भान राहिलं नव्हतं.

■

गाडी पुण्याच्या बंगल्याच्या पोर्चमध्ये आली तेव्हा, सहा वाजून गेले होते. या वेळी माळी बागेत काम करीत असे. सखूबाई झाडलोट करीत असे. खाँसाहेब तानपुरा छेडत असत. सारा बंगला त्या सुरांनी भरून जात असे. आज मात्र सारा बंगला विचित्र शांततेत भरून गेला होता. मानसिंग धावत पायऱ्या चढून आत गेले. सखूबाईनं हंबरडा फोडला –

''सरकार, आईसाब सोडून गेल्या साऱ्यास्नी –''

विजेचा लोळ कानात शिरावा तसं मानसिंगांना झालं. त्यांनी पडदा बाजूला सारून खोलीत प्रवेश केला. जया रडत त्यांच्या अंगावर कोसळली. तिच्या अंगाची थरथर मानसिंगना जाणवली. कॉटवर आईसाहेबांचा देह ठेवला होता. पांढऱ्या चादरीनं तो देह झाकला होता. आईसाहेब झोपल्या आहेत की काय, असा शांत भाव त्या चेहऱ्यावर होता. डोळे मिटले होते. आजवर मानसिंग घरी आले की, याच डोळ्यांनी मायेची उधळण केली होती. प्रेमानं स्वागत केलं होतं. ते मिटलेले डोळे बघून मानसिंगांच्या मनाचा बांध फुटला. आईसाहेबांच्या पायावर स्वतःला घालून घेत ते म्हणाले, ''ज्या वेळी आधाराची गरज होती त्या वेळी आपण सोडून गेलात! आता आधार कुठे शोधायचा आई?''

आणि ते धाय मोकलून रडू लागले.

सर्वांचीच मनं दुःखानं भरून गेली होती.

■

मानसिंग आणि जया गॅलरीत खुर्च्या टाकून बसले होते. आईसाहेबांना जाऊन एक महिना झाला होता. पण कुणीच त्या दु:खातून सावरू शकलं नव्हतं. पुन:पुन्हा आठवणी निघत. सावरलेलं मन विसकटून जाई. आत्ताही मानसिंग खुर्चीत रेलून बाहेर दिसणारं आकाश बघत होते. विशाल, गूढ आकाश! ज्याची मर्यादा, सीमा ओळखणं माणसाला कठीण असतं. अनेक रंगांनी ते आकाश सजतं. कधी मध्यान्हीच्या उन्हात होरपळून निघतं. सांजवेळेला कातर बनतं. कधी नक्षत्रांनी बहरून निघतं. कधी घनअंधारात बुडून जातं. विजांचा कडकडाट शांतपणानं ऐकतं. धुवाधार पावसात चिंब होतं... असं हे आकाश आपला नीलिमा कधी हरवत नाही. प्रकाश देण्याचा धर्म विसरत नाही. ज्याला कुणीच आधार दिलेला नाही, त्याला हे आकाश छत्र धरत असतं. मूक, अबोल, धीरगंभीर असं आकाश... आपल्या आईसारखंच!

मानसिंगांना हुंदका फुटला. स्वत:च्याच विचारात हरवून गेलेल्या जयानं चमकून त्यांच्याकडे पाहिलं. त्यांचा हात हातात धरून ती म्हणाली,

"असं काय करता? माझा तर धीर सुटलाय. तुम्हीच असं केलंत तर माझं काय होणार?"

तिचा हात हातात घेऊन मानसिंगांनी आपलं कपाळ त्यावर टेकलं. त्या हातावर त्यांचे अश्रू ओघळत होते.

आज हे हात माझ्या हातात आहेत म्हणून मी आहे.

माझे अश्रू तापत्या जमिनीवर पडले असते, तर विरून गेले असते!

या हातात पडणारा प्रत्येक अश्रू झेलणारी जया... हिला जपलं पाहिजे.

माझ्या शब्दांवर भरवसा ठेवणारी जया! आजवर आईंनी हिला जपलं. आता मीच हिचा आधार आहे. मी खचलो तर मला साथ देणारे हे दोन डोळे भीतीच्या छायेनं भरून जातील.

नाही! हे डोळे सदा हसणारे, प्रीती देणारे, प्रीतीचा स्वीकार करणारे असेच हसत राहायला हवेत.

मी हिचा स्वीकार केला होता, तो हिला सुख देण्यासाठी. स्वत:ला मी सावरलं पाहिजे. हे – हे अश्रू गिळण्याचं कसब मला साधलं पाहिजे.

मानसिंगांनी डोळे पुसले. समोरच्या खुर्चीत त्यांनी जयाला बसवलं. तिच्याकडे बघत ते म्हणाले,

"तू म्हणतेस ते खरं आहे जया. मी आता दु:ख करणार नाही. खूप सोसायचं आहे. वेड्या पोरी! काय म्हणून तू माझी साथ पत्करलीस? जाणूनबुजून वणव्यात शिरलीस. मी तुझा अपराधी आहे, असं मला सारखं वाटतंय आजकाल."

"जे मी बोलायचं ते आपण बोलताय. माझ्याशी लग्न केल्यानं आपण केवढा त्रास पदरात घेणार आहात याची कल्पना असती ना, तर मी कधीच होकार दिला

नसता. आजवर आईसाहेब होत्या. काही वाटलं नाही. त्यांच्यावर सारा भार टाकून मी निश्चिंत होते. आता कुणीच नाही. मला कुणी काही म्हणू देत. मला ऐकायची सवय आहे, पण माझ्यामुळे आपल्याला मात्र अनेक प्रवाद सोसावे लागले. मलाच अपराधी वाटतं.''

खिन्नपणे हसून मानसिंग जयाला म्हणाले,

''जयू! निस्सीम प्रेम करणाऱ्यांना जगानं असंच वागवलंय. अगं, साराच कारभार स्वार्थाचा, मत्सराचा, सुडाचा आहे, तिथे निरागस प्रेम शोधून सापडत नसतं. पण ज्याला तो सूर सापडतो ना, त्यानं तो सूर सोडू नये. त्या एका सुरात जगातल्या बेसुरावर मात करण्याची ताकद असते. आपण भाग्यवान आहोत जया. हे सुरांचं लेणं आपण शोधू शकलो. वेडे, आपल्या एकत्र येण्यात कोणता स्वार्थ होता? प्रीतीची जाणीव झाली आणि ती सोबत घेऊन आपण एकत्र आलो. एका मार्गानं चाललोय. सोबतीनं! आधारानं! विश्वासानं!''

''पण आपण रामपूरमध्ये इतका वणवा पेटला असताना कधी सांगितलं नाहीत? आम्ही कुणीच नाही तुमचे?''

''जयूराणी! दु:ख आतल्या आतच सोसावं. आतल्या आतच उमलावं. जे सांगितलं तर कोमेजून जातं, ते दु:ख मूकपणे अंतरंगातच बहरावं. एका अनामिक फुलासारखंच नाजूक, पण जहरी. जे मनाला जाळत असतं, चिरत असतं, जखमांचा छेद घेत असतं, ते मलाच सोसू दे जया! तू अशीच मोकळी राहा जया! दु:खानं व्यापलेलं हे वातावरण सोडून मी इथं येईन ना, तेव्हा या घरात ते दु:खही येईल माझ्याबरोबर. पण चुपचाप, मूकपणे, जसं येईल तसं ते परत जाईल! पण या घराचं सुख त्याला बरबाद करता येणार नाही. समजलं?''

''पण परवा दिवाणजी येथे येऊन गेले. कांचनमाला तिथे आल्यात. राणीसरकार आणि त्या एकमतानं वागत आहेत. राणीसाहेबांचा आपल्यावर रोष झाला आहे. सर्व त्यांनी आईसाहेबांना सांगितलं. त्या दिवसापासून त्यांनी अंथरूण धरलं. त्या गेल्या त्या रात्री पण त्या आपल्यासाठी खूप तळमळत होत्या. पहाटे जरा डोळा लागला. झोपेतच त्या गेल्या. मिटल्या डोळ्यांना तुमचीच चिंता होती.''

जयाचे डोळे परत भरून आले.

''दिवाणजींनी आईंना सांगितलं?''

आश्चर्यानं त्यांनी विचारलं,

''आणखी काय-काय सांगितलं?''

''घरात जे काही चाललंय ते सारं सांगितलं. त्याचाच धक्का त्यांना बसला. पण मला वाटतं, आता आम्हा सर्वांनाच रामपूरला न्यावं. मी आईच्या घरी राहीन. पण आपण सारे एका गावी राहू. आपण त्या वातावरणात एकटे आहात या

विचारानं मी बेचैन होते. जे सोसायचं ते एकत्र सोसू. माझं एवढं ऐकाल ना?''

"नाही जया. आणखी चूक मी करणार नाही. लग्न झाल्यावर मी प्रथम तुला शिर्केमहालातच न्यायला हवं होतं. म्हणजे तिथे येण्याचं धाडस कांचनमालांना झालं नसतं. आता त्या घरात त्यांना ठेवणं मला शक्य नाही. त्यांना जावंच लागेल. आणि तू बाळाला घेऊन शिर्केमहालात येशील ते मालकीण म्हणूनच!''

मानसिंग निर्धारानं म्हणाले.

"पण त्या जातील?''

"मी कायद्याचा आधार घेणार! दुसरा उपाय नाही जया!''

"पण आपण विक्रमना ठेवून घ्या. अजय-विक्रम तुमचे मुलगे सूर्य-चंद्रासारखे वाढतील. जे घडलं त्यात विक्रमचा दोष नाही. आपण त्याला जपू.''

तिच्याकडे बघत हसून मानसिंग म्हणाले, "तू अजाण आहेस जया. विक्रम हा माझा मुलगा आहे. पण कांचनमालांचं ते हत्यार आहे, हे विसरू नको. तू त्या जगाची कल्पनाच करू शकणार नाहीस. कारण तुझं मन निर्मळ आहे. तू विचार सोड. बाळाला जप. तू निर्धास्त मनानं राहा. मी उद्या जातो आहे. माझी काळजी करू नको.''

"पण स्वतःला जपाल ना? मला फार भीती वाटते.''

"घाबरू नको जया. आपल्याला आईसाहेबांचा, महाराजांचा आशीर्वाद आहे. आपली मनं स्वच्छ आहेत. ते परमेश्वराचं वरदान आहे.''

जया मानसिंगांच्याकडे बघत होती. तिच्या भरल्या डोळ्यांत मानसिंग साऱ्या जगातली निरागसता बघत होते.

■

रामपूरला परतताच मानसिंग कामात गुरफटून गेले. आंबेवाडीतच ते राहत होते. तिथलं काम पूर्ण करण्यासाठी ते अहोरात्र झटत होते. ते स्वतः तिथे राहत होते त्यामुळे सर्व कामगारांना, गावकऱ्यांना उत्साह वाटत होता. या कारणानं रामपूर सुटलं होतं. शिर्केमहालातला प्रकार दृष्टिआड झाला होता. दिवस कामात जाई. रात्री वाचन. अधूनमधून आईसाहेबांची आठवण येई. जयाची काळजी वाटे. त्यांच्या खोलीत महाराजांचा हसरा फोटो होता. ते डोळे त्यांना धीर देत. मूक आश्वासन देत.

कॉलेज, बोर्डिंग स्कूल, विद्यार्थी वसतिगृह, शिक्षक, कर्मचारी वसाहत अजूनही अपूर्ण होती. पैसा उभारणं आवश्यक होतं. कुरण विकण्याची तरतूद होती. पण राणीसाहेबांनी आडवा पवित्रा घेतला होता. मानसिंगांनी वकिलाचा सल्ला घेतला. ट्रस्टी म्हणून ते योग्य निर्णय घेऊ शकत होते. राणीसाहेबांना समजावून सांगण्याचा

प्रयत्न झाला होता. पण त्यांचे सल्लागार त्यांना चिथावत होते. या वर्षी कॉलेज सुरू करायलाच हवं होतं. मानसिंगांनी निर्धार करून कुरण विकायचा निर्णय घेतला. नदीकाठाचं गवताळ कुरण. गिऱ्हाइकांच्या उड्या पडत होत्या. भरपूर पैसे येणार होते. युवराजांचा अर्धा भाग काढून ठेवून उरलेल्या अर्ध्या पैशानं अधुरं बांधकाम पूर्ण होणार होतं. मानसिंगांचा आत्मविश्वास वाढला. राणीसाहेबांना भेटण्यासाठी दोन वेळा ते रामपूरला जाऊन आले. पण त्यांनी भेट नाकारली. शेवटी त्यांनी स्वत:च निर्णय घेतला आणि आंबेवाडीचं कुरण रामजी पाटलांना विकलं. त्याची कागदपत्रं, खरेदीपत्र करण्यात मानसिंग गुंतले होते. इमारतींना लागणाऱ्या खर्चाचा कच्चा आराखडा त्यांनी तयार केला होता. जे पैसे उरणार होते ते युवराजांच्या नावे कसे गुंतवावे, याची चर्चा ते करत होते. आता त्यांचं मन काहीसं सुखावलं होतं. अजयसिंहांचं स्वप्न साकार होणार होतं. ते मार्गी लावून, नंतर जयाला घेऊन ते महिनाभर कुठेतरी बाहेरगावी जाणार होते. या वेळी रामपूरला जाऊन राणीसाहेबांना भेटून, सर्व वार्ता कानावर घालायचीच म्हणून ते रामपूरला आले होते.

आज ते रामपूरला आले होते. उद्या राणीसाहेबांची भेट घ्यायचीच असं त्यांनी ठरवलं होतं. संध्याकाळची वेळ त्यांनी शिर्केमहालाच्या मागच्या बाजूच्या बागेत घालवली होती. उद्या राणीसाहेबांना सारं समजावून सांगायचं होतं. युवराजांच्या पैशांची गुंतवणूक कशी करायची याची तज्ज्ञ वकिलांना घेऊन चर्चा करायची होती. त्यांच्या योजना ऐकून राणीसाहेब निश्चित आनंदणार होत्या. त्यानंतर पुण्याला जायचं. आंबेवाडीचं काम पूर्ण होणं केवढं महत्त्वाचं आहे, याची फक्त जयालाच जाणीव होती. ते काम पूर्ण होणार या वार्तेनं तिला केवढा आनंद वाटेल.

जया... तीच तर आहे सर्व समजून घेणारी!

बागेतून फिरताना त्यांची नजर तुळशीवृंदावनाकडे गेली. वृंदावन रिकामं होतं. त्यातली तुळस कधीच सुकून गेली होती. त्यांना खिन्न हसू आलं. या घरात तुळस फुलेलच कशी?

त्यांनी तुकाला हाक मारली –

तुका येताच त्यांनी त्याला सांगितलं,

"तुका, या वृंदावनात तुळस लावून घे. आणि दररोज पाणी घालत जा!"

"व्हय जी!" तुका म्हणाला.

तुका जाताच मानसिंग त्या वृंदावनाकडे बघत बसून राहिले. त्या रिकाम्या तुळशीवृंदावनाकडे बघत असता त्यांना कितीतरी गोष्टी आठवत होत्या. या घरात आईसाहेबांनी हे वृंदावन आजवर जपलं होतं. त्यातली तुळस सदा मंजिऱ्यांनी बहरलेली असे. शिर्केमहालही या काळात कसा फुलून गेला होता. मानसिंगांना बालपण आठवत होतं.

कांचनमालांनी या वृंदावनातील तुळस कधी जपलीच नाही. उलट या तुळशीवृंदावनाच्या कट्ट्यावरच रोज रात्री गार्डन पार्ट्या चालत.

जया आली. पुन्हा स्नेहभरानं तिनं साऱ्या संसाराची निगराण केली. घराला घरपण लाभलं. जरा या विश्वस्तपदाच्या कामातून मोकळा झालो की, घटस्फोट घ्यायचा. जया, अजय यांना शिर्केमहालात आणायचं. खरंतर या वास्तूची खरी शोभा जयाच आहे. या दोन स्त्रियांत इतका फरक कसा आहे? स्त्रीचं मन एकच. पण ते घडवणारं वातावरण, संस्कार वेगळे. म्हणून तर या दोघींची घडण अगदी भिन्न!

या घरात एक संध्याकाळ घालवणं केवढं भयाण होतं? आईसाहेब होत्या, त्या वेळी घरी येण्याची केवढी ओढ वाटायची! पुण्याला गेलं की, कुठेच जावं असं वाटत नाही. सारा वेळ जया आणि अजय यांच्यात जातो. आपण आल्यानंतर जयाची होणारी लगबग, अजयची धावपळ, खाँसाहेबांचे दर्दभरे स्वर! सखू, मुरली यांचं अगत्य... इथे मात्र स्मशानशांतता. इथे घर म्हणजे फक्त छप्पर! निर्जीवपणानं सावली देणारं. साऱ्या घटना कोरडेपणानं बघणारं.

इतक्यात मानसिंग बसले होते, त्या दिशेनं कांचनमाला येताना दिसल्या. भडक रंगाची साडी, ठळक अलंकार त्यांनी घातले होते. त्यांना बघून मानसिंग उठले. त्यांच्याशी काहीच बोलण्याची इच्छा नव्हती. जाण्यासाठी ते वळले. तोच कांचनमालांचा आवाज आला –

"थांबा! मला काही विचारायचं आहे."

न बोलता मानसिंग वळले. खुर्चीवर बसले.

"हे सर्व काय चाललंय? शिर्के फार सचोटीनं, प्रामाणिक वागणारे असं मी समजत होते. माझ्या आबांना केवढ्या बढाया मी सांगितल्या होत्या! आणि पैसे दिसले म्हणून भान हरपलंय की, त्या बाईच्या नादानं हे धंदे सुचताहेत?"

कांचनमाला समोरच्या खुर्चीवर बसत म्हणाल्या.

"तुम्हाला काय म्हणायचं आहे ते थोडक्यात बोला. वाद घालायचा असेल तर मला वेळ नाही."

तुटकपणे मानसिंग म्हणाले.

"वेळ नाही? कसा असेल! सारी प्रकरणं निस्तरायला नकोत! मग बोलायला सवड कुठली?"

"मी पूर्वीच सांगितलंय की, तुम्ही माझ्या लेखी परस्त्री आहात."

संतापानं उसळून कांचनमाला म्हणाल्या,

"समजेल बरं सर्व. फार गर्व करू नका. राजघराण्याशी इमानदारीचं नाटक आता फार काळ टिकणार नाही. साऱ्या प्रकरणांची दखल खुद्द राणीसाहेब घेणार आहेत."

"प्रकरणं? कोणती प्रकरणं?"

"हेच की! राणीसाहेबांचा सल्ला न मानता कुरणं विकलीत. लाखोंनी पैसे आले. उलाढाली केल्यात. ट्रस्टीपदाचा मन मानेल तसा उपयोग करून घेतलात. वसाहत पूर्ण करणं हा तर बहाणा. एक ना एक दिवस सारं निस्तरावं लागणार याचं भान का बाळगलं नाहीत? शिवाय सारे पैसे गेले कुठं हा प्रश्न आहेच. घरात तरी आले नाहीत. मग दिले असतील पुण्यात."

"कांचनमाला, मला या विषयावर काहीच बोलायचं नाही. या विषयाशी तुमचा काहीच संबंध नाही."

"संबंध नाही कसा? राणीसाहेबांनी मलाच बोलावलं होतं. मलाच सर्व विचारलं ना? केवढा अपमान झाला माझा! मला आता सहन होत नाही. आबांनी मला कोणत्या दरिद्री घरात दिलं! सरळ पैशांची अफरातफर! मला सहन होत नाही."

डोळ्याला रुमाल लावून त्या रडायला लागल्या.

"बस्स करा! तुम्ही पॅलेसवर गेलातच का? गेलात, तर निदान इतका विश्वास बाळगून जायचं होतं की. शिर्केच्या घरात असले प्रकार घडणार नाहीत."

थोडा वेळ थांबून त्यांनी करड्या आवाजात विचारलं,

"तिथे कोण-कोण होतं?"

"सारी सरदारमंडळी, राणीसाहेबांचे वकील, राणीसाहेब, त्यांच्या मैत्रिणी. मला नको-नको ते प्रश्न विचारले. मी गरीब. मी एकटी काय करणार! शेवटी त्यांनी पुढं केलेल्या कागदावर मुकाट्यानं सही केली."

त्या उगीचच डोळे पुसत म्हणाल्या,

"न वाचताच? न वाचता सह्या करण्याइतक्या तुम्ही अनपढ खास नाही. थोडा विश्वास बाळगायचा होतात असं मी म्हणत नाही, कारण ते नातं आपलं कधीच जुळलं नव्हतं. तुम्ही तुमची बाजू सुखरूप केलीत ना? मग ठीक झालं. मला कसलीच भीती नाही. कारण मी सत्याच्या मार्गानं गेलोय. कायदा उल्लंघला नाही. राजपरिवाराशी प्रामाणिक राहिलो याचा मला पूर्ण विश्वास आहे." ते उठत म्हणाले.

"तुमचं ठीक आहे, पण आमचं काय?" कोरड्या सुरात प्रश्न आला.

"तुमचं काय? मला घटस्फोट घ्यायचा आहे, हे मी प्रथमच तुम्हाला सांगितलं आहे. आंबेवाडी प्रकरणातून मोकळा झालो की, मी घटस्फोटाचा अर्ज दाखल करणार आहे."

"तेवढा वेळ कुठं आहे?"

"म्हणजे?"

मानसिंगांनी चमकून विचारलं.

"म्हणजे! म्हणजे काही नाही."

कांचनमाला सावरत म्हणाल्या,

"हे पाहा, ज्या भानगडी केल्यात त्या तुमच्या तुम्ही निस्तरा. पण आमची व्यवस्था आधी करून ठेवा. स्पष्टच सांगते. उद्या या प्रकरणात सारं घरदार लिलावात जाईल; त्यापूर्वी सारी इस्टेट माझ्या आणि विक्रमच्या नावे करा. आम्ही कुठं जायचं? कोण आहे पाठीशी आमच्या? त्या बाईंना निदान पैसा आहे. तुमच्या भानगडीत आमचा बळी का?"

त्या क्रूरपणानं बोलत होत्या. मानसिंगांचा संयम संपला होता.

"बंद करा आधी. पैसा! पैसा! फक्त पैसा! तो दिला की तृप्त व्हाल ना? एक दिवस समजेल की, पैशाच्यापेक्षा फार मोठं सुख असतं, ते माणुसकीनं जगण्याचं. मानसिक शांतीचं. पण अभागी माणसांना ते कधीच सापडणार नाही. तुम्ही पैशासाठीच जगणार. पैशासाठीच मरणार. एक लक्षात ठेवा – उद्या सकाळपर्यंत तुम्हाला हवं असलेलं मिळेल. पण त्यानंतर... त्यानंतर कधीही तोंड दाखवू नका. निदान मला सुखानं जगू द्या. शिर्केमहालातून निघून जा."

मानसिंग त्यांच्याकडे पाठ फिरवून चालू लागले.

रात्रभर त्यांच्या खोलीत दिवा जळत होता. मध्येच खोलीचा दरवाजा उघडून ते बाहेर आले. गाडी घेऊन बाहेर जाऊन आले. सारा बंगला त्यानंतर चुपचाप झाला होता.

सकाळी नऊचा सुमार होता. मानसिंगना पॅलेसवर जायचं होतं. त्यांनी तुकाला टेबलावर नाश्ता आणायला सांगितला. कांचनमाला मात्र तयार होऊन पोर्चच्या दरवाजातून दोन वेळा आत-बाहेर जाऊन आल्या. त्या आज लवकर उठल्या होत्या. मानसिंगांना आश्चर्य वाटलं. ते टेबलावर आले. नाश्ता घेण्यास ते सुरुवात करणार तोच तुका गडबडीनं आत आला.

"पाव्हणं आलं जी."

"तुका, पाव्हणे येणार हे माहीत होतं तुला?"

"व्हय जी. वैनीसाब सांगत हुत्या कल."

"अस्सं! कोण आलंय?"

"मोट्टं सायब जी."

"कोण?" नॅपकिनला हात पुसत मानसिंग बाहेर आले. त्यांना आश्चर्य वाटलं. गाड्या ओळीत उभ्या होत्या. गाडीतून प्रशासक, सोमय्या, पोलीस सुपरिंटेंडेंट डी.आय.जी. वगैरे मंडळी उतरत होती. सर्वांत मागे पोलीस व्हॅन उभी होती. त्यांच्याशी हस्तांदोलन करीत मानसिंगांनी त्यांचं हसतमुखानं स्वागत केलं. आतल्या कोचावर सारी मंडळी स्थानापन्न झाली. तुकानं चहा आणला. त्यानंतर मानसिंग हसतमुखानं म्हणाले,

"बोला मंडळी, का येणं केलंत?"

सारेच अवघडून बसले होते. सर्वांनाच मानसिंगांचा उमदा स्वभाव परिचित होता. त्यांची आणि महाराजांची मैत्री किती गाढ होती, याची कल्पना होती. आज त्यांच्याशी कसं बोलावं हा प्रश्न त्यांना पडला होता. शब्दच अवघडले होते. शेवटी प्रशासक सोमय्या धाडस करून म्हणाले –

"मिस्टर शिर्के, रामपूरमधले आदर्श नागरिक म्हणून मी आपला आदर करतो. समाजासाठी आपण आणि हिज हायनेसनी किती कष्ट घेतले आहेत, याची जाणीव आहे. आपल्या निष्ठेचं मी कौतुक करतो."

"काय म्हणायचं आहे आपल्याला?" मानसिंगनी विचारलं.

"माफ करा शिर्केसाब! यू आर अंडर अरेस्ट!" ते खाली मान घालून पुटपुटले.

"अरेस्ट? कोणत्या आरोपाखाली ते तरी समजू दे."

"आपल्यावर आरोप हर हायनेस राणीसरकार यांचा आहे. युवराज अज्ञानी आहेत. आपण एकमेव विश्वस्त आहात. याचा फायदा घेऊन आपण खासगी जमिनी विकल्या. राणीसाहेबांचा सल्ला मानला नाही. पैशांचा मन मानेल तसा व्यवहार केला. आपल्या सर्वच व्यवहाराबद्दल त्यांनी शंका व्यक्त केली आहे व चौकशीची मागणी केली आहे."

"पण माझ्याजवळ सर्व हिशेब आहेत. मी जे केलं ते मृत्युपत्रानुसार केलं. युवराजांना जपण्यासाठी तज्ज्ञांचा सल्ला घेऊन व्यवहार केला. सर्व स्वच्छ मामला आहे."

"पण ते आपणास कोर्टात सिद्ध करावं लागेल. तोपर्यंत आपल्याला अरेस्ट करायचा हुकूम आहे. माझा नाइलाज आहे. माफ करा."

मानसिंगांच्या डोक्यात संतापानं घण पडत होते. डोळ्यांत रक्त उतरलं होतं. कपाळावरच्या शिरा ताठ झाल्या होत्या. त्यांनी मागे वळून पाहिलं. खोलीच्या दारात कांचनमाला उभ्या होत्या. त्यांनी मानसिंगांची नजर चुकवली.

मानसिंग म्हणाले, "आपण कष्टी होऊ नका सोमय्याजी! शेवटी आपण कुणाची तरी बांधिलकी पत्करली आहे. मी राजपरिवाराची, आपण शासनाची. पण हे करीत असताना आपली मान ताठ हवी. अवघड मानू नका. मी आलोच –"

सारे जण त्यांच्या वागण्यानं अवाक् झाले होते. मानसिंग खोलीत गेले. तशा कांचनमाला आत गेल्या. त्यांना बघून मानसिंगांना संताप आवरला नाही. ते म्हणाले,

"झालं समाधान? आज तुमचा सूड पूर्ण झाला."

"काय बाई तरी संताप! चूक आपण करायची आणि दोष मला का? तरी मी सांगत होते –"

"तुमचं सांगणं मला ऐकायचं नाही. तुम्ही बाहेर निघा खोलीतून."

"जाते! पण माझी आणि विक्रमची काय सोय केलीत? सारं सरकारजमा झालं तर?" त्या दरवाजा अडवून उभ्या होत्या.

"मी परत येणार आहे. विश्वास आहे मला. समजलं?"

"काय भरवसा द्यावा बाई! उद्या काय होणार ते आज कोण सांगणार? नाहीच परत आलात तर? आम्ही काय करावं?"

मानसिंगांचा संयम संपला होता. सारी कडू वाक्यं त्यांनी ओठावरून परतवली. त्यांनी ड्रॉवर उघडला. एक बंद लिफाफा त्यांच्या तोंडावर फेकत त्यांच्याकडे न बघता ते म्हणाले,

"हे घ्या. सारं तुमच्या नावे करण्याची व्यवस्था यात केली आहे. डॉक्टर, वकील यांच्या सह्या त्यावर घेतल्या आहेत. आता नवरा मरण्याची वाट बघत बसा. पण यानंतर माझी पाठ सोडा. माझं सुख किंवा दु:ख माझं मी सोसेन. बाजूला व्हा. पण मी परत येण्यापूर्वी इथून निघून जा. मला तुमचं तोंड पाहण्याची इच्छा नाही."

त्यांच्याकडे न बघता मानसिंग बाहेर आले.

सोमय्यांना ते म्हणाले, "चलावं! मी तयार आहे."

मानसिंग पोलीस व्हॅनकडे निघाले. सोमय्यांनी त्यांचा हात धरला.

ते म्हणाले, "सरदार शिर्के. आणखी लाजवू नका. आपण माझ्याबरोबर चलावं."

साऱ्या गाड्या फाटकामधून बाहेर पडल्या. पण कुणालाच त्याचं सोयरसुतक नव्हतं. कांचनमाला फोनकडे धावल्या. त्यांनी पॅलेसचा नंबर भरभर फिरवला. त्यांचे भाऊ शहाजी गालातल्या गालात हसत होते.

ते म्हणाले, "आक्का, नाक दाबलं की, तोंड उघडतं ते असं! या सापळ्यात अडकले म्हणून तर दाजींनी मुकाट्यानं सारं लिहून दिलं; नाहीतर सारा जन्म वाट बघत बसावं लागलं असतं. आजच ग्वाल्हेरला फोन लावतो. आई, बाबा सर्वांना बोलावून घेतो. आता इथं सर्व राज्य आपलं. शिर्केंची इस्टेट आपली आहे. आपण सारं विकू आणि स्वित्झर्लंडला स्थायिक होऊ. आता खरी मजा आहे."

ते ऐकणाऱ्या तुकाचे डोळे मात्र अकारण भरून आले होते. काहीतरी घडावं असं त्याला सारखं वाटत होतं. पण या अघटित घटनेनं तो पार हादरून गेला होता. घरचा मालक नसला तर कुत्रंसुद्धा भाकरी खात नाही. पण ही माणसं अशी कशी?

त्याचे पाय उभ्या जागी थरथरत होते. त्याला काहीच समजत नव्हतं.

■

साऱ्या वर्तमानपत्रांनी ठळक मथळ्यांनी बातमी दिली होती. सर्वत्र उलटसुलट

चर्चा सुरू होती, कोणी सुखावलं होतं; कुणी हळहळत होतं, कुणाला आश्चर्याचा धक्का बसला होता.

■

ती बातमी समजताच जयाच्या अश्रूंना खळ उरला नव्हता. उठून बसण्याचं त्राण तिच्या अंगात उरलं नव्हतं. नंदू, सरू, हसीना, शामाबाई, पुन:पुन्हा तिला समजावत होत्या.

''नंदा, माझ्याशी लग्न करून त्यांना काहीच सुख मिळालं नाही गं. फक्त वणवा! आणि आता त्या वणव्यानं सारं गिळलं. मी कमनशिबी. लग्न करताना मी हजारदा विचार करायला हवा होता.'' रडत-रडत जया म्हणाली.

सरूनं तिचं मस्तक मांडीवर घेतलं होतं. ती हळुवार हातानं तिला थोपटत होती.

हसीना म्हणाली, ''जया, तू होतीस म्हणून जिजाजींना आधार होता. सावली होती. तू नसतीस तर त्यांना कुणी जपलं असतं? सांग, जपणारं आहे कुणी दुसरं?''

''पण मी आता काय करू शकते? रफिकमियाँ गेले कुठं? लवकर येतो म्हणाले होते ना?'' जया अस्वस्थपणानं रफिकमियाँची वाट बघत होती.

बातमी ऐकल्यापासून शामाबाईंनी तोंडात गुळणी धरली होती. एका जागी त्या सुन्नपणे बसून होत्या. खाँसाहेब व्हरांड्यात फेऱ्या घालत होते. सखूबाई शंभरवेळा तुळसामाईला साकडं घालीत होत्या. मुरली अजयला मागच्या दारी खेळवत होता. इतक्यात पोर्चमध्ये रफिकमियाँची मोटार थांबली. रफिकमियाँ आत आले. त्यांचा चेहरा काळजीनं ग्रासला होता. जयानं विचारलं,

''चौकशी केलीत? काय करू या आपण? ते निरपराधी आहेत हो! त्यांचं महाराजांवर केवढं प्रेम! त्यांच्या इच्छेप्रमाणं तर ते वागायचे. भाई, हवं तर मी भेटते सर्व साहेबांना. मी सांगते समजावून. पण यांना सोडवून आणा. अहो, हे सारं ते कसं सहन करतील? करपून जातील हो! त्यांनी कधी कुणाला दुखवलं नाही. सर्वांनी दिलेला मनस्ताप चुपचाप सहन केला, त्यांना असं वाऱ्यावर सोडायचं का? काहीतरी मार्ग सांगा ना?'' जया आवेगानं बोलत होती.

''दीदी, आधी तुम्ही शांत व्हा! आता जर काही करू शकलात तर तुम्हीच करू शकाल.''

''काय करू सांगा. माझा जीव ओवाळून टाकीन मी! लवकर सांगा रफिकभाई. मी काय करू?''

''दीदी, हा सारा कट सर्वांनी मिळून रचला आहे. जिजाजी बदनाम व्हावे, तुम्ही

रस्त्यावर याव्यात एवढाच हेतू नाही. युवराजांचा पैसा हातात येणं, हा पण हेतू आहे. जिजाजी निर्दोष आहेत हे सूर्यप्रकाशाइतकं स्वच्छ आहे. पण अनेक दुर्जनांच्या पुढं एक सज्जन हतबल असतो. आपण ते नंतर सिद्ध करू. पण आधी जिजाजींना सोडवून आणलं पाहिजे जामिनावर.''

''जामीन! एवढं मोठं रामपूर. कुणी जामीन द्यायला उभं नाही राहिलं? कांचनमालासुद्धा?''

''राजघराणं आणि शासन यांच्याविरुद्ध कोण उभं राहणार दीदी? शिवाय जामीनकीची रक्कम फार मोठी आहे, दीदी. त्यामुळे कुणीच धाडस करणार नाही.''

''किती?''

''तीन लाख.'' रफिकमियाँ शांतपणे म्हणाले.

ते ऐकून साऱ्यांची तोंडं उतरून गेली.

तेवढ्यात सखूबाई तीरासारखी आत आली. गळ्यातलं डोरलं जयाच्या समोर धरून म्हणाली,

''वैनीसाब, हे घेवा जी. मला म्हातारीला काय उपेगाचं? धाकल्या सरकारास्नी सोडवून आना.''

खाँसाहेबांनी ट्रंक उघडली. थैलीतले नगद दोन हजार मोजून ते जयापुढे ठेवत म्हणाले,

''ले बेटी! तेरे काम आयेंगे शायद!''

कुणालाच रडू आवरत नव्हतं.

शामाबाई संतापानं म्हणाल्या, ''अरे, शिर्केंनी खिसा झाडला तरी तीन लाख पडतील. एवढं मोठं उत्पन्न आहे. तुमच्या हजार-दोन हजारानं काय होणार आहे?''

ते ऐकून जया चटकन उठली.

''रफिकभैय्या. आपण रामपूरला जाऊ. मी कांचनमालांच्या पाया पडते. पदर पसरते. भीक मागते. पण जामीन भरायला सांगते.''

''जया, अगं, जिनं कट करून तुरुंगात धाडलं, ती परत सोडवेल कशी? सोडवायचं असतं, तर नवऱ्याच्या अब्रूचे धिंडवडे बघत गप्प बसली नसती. उगीच स्वतःचा अपमान करून घेऊ नको.'' हसीनानं इशारा दिला.

''हसीना, आपल्या नवऱ्यानं दुसरं लग्न केलं तर राग येणारच. पण शेवटी तो त्यांचाही नवरा आहे. आता त्या वाईट माणसांच्या सल्ल्यानं वागताहेत. मी त्याचं मन जागं करेन. अगं, स्त्री कितीही रागवली तरी ती शेवटी नवऱ्याचं भलंच चिंतणार. माझ्यावर राग असला तर मी दोघांच्या मधून बाजूला सरेन. कुठूनही हे सुखी व्हावेत, यापलीकडे मी काय मागणार? एकदा मी दूर गेले याची खात्री पटली की, कांचनमाला पैसे भरतील. तीन लाख त्याच उभे करतील. चला, रफिकभैय्या!

मला रामपूरला घेऊन चला. आई, तू आणि खाँसाब पण चला बाळाला घेऊन. उठा! चला म्हणते ना!''

जया उठून उभी राहिली. शामाबाई उठत म्हणाल्या,

''चल, बेटा रफिक, एकदा मनात आलं की, पोरगी ब्रह्मदेवाला ऐकायची नाही!''

गाडी निघून गेली. नंदा, सरू, हसीना पायरीवरच बसल्या. तिघींना रडू आवरत नव्हतं.

''नंदा, लहानपणी मी तुमचं रामायण ऐकायची. रामाचा खूप राग यायचा. सीतामाई खोटी वाटायची. पण नाही गं. राम-सीता आपल्यासारखेच होते. माणसंच ती आपल्यासारखी.''

तिघी मैत्रिणींना रामपूरचं राममंदिर आठवलं होतं. ती सांजवात आठवत होती. भरल्या नजरेनं बघितलेली राम-सीतेची मूर्ती आठवत होती. मन बालपणीच्या आठवणीत हरवून गेलं होतं. जयाच्या आठवणीनं त्या कातर बनल्या होत्या.

शिर्केमहालाच्या पोर्चमध्ये जया उभी होती. त्या वेळी सकाळचे नऊ वाजले होते. तिथं येताच जयाला आईसाहेबांची आठवण आली. तिला दरवाजात बघून तुकाला आश्चर्याचा धक्का बसला.

विस्फारित नेत्रांनी तो म्हणाला, ''या जी! वैनीसायबास्नी बलवतो.''

जयाला बघून त्याला बरं वाटलं. आता कदाचित चांगलं घडेल या विचारानं तो सुखावला. मानसिंगांना पकडलं पण त्याचं यत्किंचित दुःख कांचनमालांना झालं नव्हतं. याचा कुठंतरी त्याच्या मनात राग होता. त्या रडल्या असत्या तर कदाचित या नाट्यात त्याला वाव मिळाला असता. पण जणू काही घडलंच नाही असं सारेच वागत होते, त्याचं त्याला दुःख होतं.

कांचनमाला सावकाश जिना उतरत होत्या. त्यांचं बदलतं रूप बघून जया गोंधळून गेली होती. तिनं स्वतःला सावरलं. त्यांना वाकून नमस्कार केला.

''ही नाटकं फार झाली. इथं येण्याचं धाडस झालंच कसं?'' कांचनमाला कडाडल्या.

''आक्का, नाटक कशाचं?'' जया आर्जवानं म्हणाली.

''कुणाला आक्का म्हणता?'' कांचनमालांनी त्यांना अडवलं.

''स्वतःची पायरी ओळखून वागत जा. या गोड बोलण्याची पुरुषाला भुरळ पडत असेल. मला नाही. मी सारं पूर्ण ओळखून आहे.''

जया वरमली; नम्रतेनं ती म्हणाली,

''माफ करा. माझी मर्यादा मी चुकून ओलांडली. परत अशी चूक नाही करणार. इथं आज यावं लागलं; म्हणून येण्याचं धाडस केलं. धाडस करावं असा प्रसंगच

दोघींवर आला आहे. यातून वाट काढायला हवी. विचार करायला फार थोडा अवधी आहे.''

जया संयमानं बोलत होती.

''प्रसंग? माझ्यावर कोणता प्रसंग आला आहे? आलाच असेल तर तो तुमच्यावर.'' कांचनमाला तुटकपणे म्हणाल्या.

''सुदैवानं म्हणा किंवा दुर्दैवानं म्हणा. दोघींची नशिबं एका धाग्याला जोडलीत. असं वाकड्यात घुसू नका. त्यांना सोडवायला हवं. वेळ घालवला तर अनर्थ होईल.''

''अरे वा! फार काळजी आहे त्यांची! पण लक्षात ठेवा, आजवर या कांचननं तडजोड कधी मान्य केली नाही. एकदा त्यांनी माझ्याकडं पाठ फिरवली. मी परत तिथं तडजोड केली नाही.''

''तुमचा राग मी समजू शकते. तुमच्या जागी मी असते, तरी मी पण रागावलेच असते. पण ही वेळ रागावण्याची नव्हे. त्यांना सोडवून आणणं महत्त्वाचं आहे. झालं गेलं विसरून जा.''

''काय-काय विसरून जाऊ? या दरिद्री घरात मला दिलं ते विसरू? माझी कदर न करता तुम्हाला जवळ केलं ते विसरू? नवऱ्यानं पैशांची अफरातफर केली ते विसरू? की गावभर झालेली बदनामी विसरू?'' कांचनमाला कडाडल्या.

''ते सारं खरं असलं तरी एका गोष्टीवर विश्वास ठेवा की, पैशांची अफरातफर झालेली नाही. युवराजांचा सारा पैसा सुरक्षित आहे. जे त्यांनी केलं ते ट्रस्टी म्हणून युवराजांच्या भल्यासाठी. महाराजांना दिलेल्या शब्दासाठी. एकदा त्यांना सोडवून आणू. मग आपोआप सारं सुरळीत होईल. अहो, त्यांच्या काळजीनं माझ्या जिवाला घरं पडताहेत.''

जया आवेगानं बोलत होती.

''अस्सं! एवढी काळजी आहे तर मग जामीन तुम्हीच का भरत नाही? नाहीतरी सर्व पैसा तुमच्याजवळच असणार!''

''असं बोलू नका हो! काही म्हणा, पण पैशाच्या अफरातफरीचा आरोप त्यांना लावू नका. त्यांचं मन, व्यवहार स्वच्छ आहे. मी खात्री देते. एवढी तीन लाखांची सोय करा.''

''आणि त्यांना सोडून तुमच्या हवाली करा. असंच ना? जो नवरा माझं तोंड बघायला तयार नाही, मला परस्त्री मानतो. त्याचं माझं नातंच कोणतं?''

त्यांच्या पायावर डोकं ठेवत जया म्हणाली,

''बाई, शेवटी तो नवरा आहे. पुरुष आहे. मी तुम्हाला वचन देते. भीक मागते तीन लाखांची. ते सुटून आले की, मी तुमच्या दोघांमधून दूर होईन. त्यांना तुमच्या

हवाली करीन. माझी सावली तुमच्या संसारावर पडू देणार नाही. माझ्यावर भरवसा ठेवा. पण या वेळी राग सोडा.''

जयाचे अश्रू कांचनमालांच्या पायांवर पडत होते. पण त्या तशाच बसून होत्या. त्यांचे पाय धरून रडणाऱ्या जयाला बघून रफिकमियाँ अस्वस्थ होत होते. पण आपल्या पायावर पडलेल्या जयाला बघत असता कांचनमाला सुखावल्या होत्या. आज त्यांचा सूड पूर्ण झाला होता. ते दृश्य बघणारे रफिकमियाँ पुढे झाले. जयाला उठवत ते म्हणाले,

''उठा दीदी! कुणाचे पाय धरता आहात! दगडाचा देवसुद्धा पाझरतो. त्याची करुणा भाका. उठा. कदाचित त्याला दया येईल.''

रफिकमियाँकडे चमकून बघत कांचनमालांनी विचारलं,

''आपला परिचय?''

''होईल लवकरच! पण आज आपला परिचय झाला. फार आनंद झाला. एका खानदानी कुळातल्या आपण. आणि कुळशिलाचं कवच नसलेली ही दीदी. शेवटी माणसाची जात एकच असते – माणूस! ज्यांनी माणुसकीचं कवच गमावलं, त्यांनी सुसंस्कृतपणाच्या कितीही झुली पांघरल्या तरी ते पोकळ आहे, हे कधीतरी समजावं तुम्हाला. तुम्हाला स्त्री म्हणणं म्हणजे स्त्रीपणाचा अपमान आहे. चल दीदी.''

रडणाऱ्या जयाला सावरून धरत रफिकमियाँनी तिला गाडीत बसवलं. ते जळत्या नजरेनं बघणाऱ्या कांचनमालांना कुठेतरी सलत, टोचत होतं. आज त्यांना असा मायेचा आधार नव्हता. आधार होता पैशाचा. जो या क्षणी त्यांना पुरेसा नव्हता.

■

गाडी घराकडे वळत होती. विचारात हरवलेली जया म्हणाली,

''भैय्या, पुण्याला चला.''

''पुण्याला? आई आणि अजयना न घेता?''

''होय भैय्या. त्यांना इथेच राहू दे. आपण पुण्याला जायचं ते बंगला विकायला.'' जया निर्धारानं म्हणाली.

''वेड लागलंय दीदी? आणि रस्त्यावर राहणार की काय?

''रस्त्यावर का? आपलं घर आहे की रामपुरात! पूर्वी राहत नव्हते? भैय्या, मी गरीब स्त्री; पैसा उभा करायला एवढा एकच मार्ग आहे. सीतामाईंनी दोन वेळा वनवास सोसला, अग्निप्रवेश केला. शेवटी रामायण म्हणजे जीवनाचं दर्शनच नव्हे का? रफिकमियाँ, आजच्या आज गिऱ्हाईक बघा. जास्ती नकोत. फक्त तीन लाख उभे करा. आता वेळ घालवाल तर काळजीनं माझंच बरं-वाईट होईल.''

"दीदी, तसं होणार नाही. मी आजच गिऱ्हाईक बघतो. पण मला तुमचं भारी नवल वाटतं."

"नाही भैय्या, नवल काहीच नाही. ज्याला खऱ्या प्रीतीचा साक्षात्कार झालाय त्याला कसलीच भीती नसते. झेप घेणं आणि जळणं, चुपचापपणे सोसणं म्हणजेच प्रीती असं मला वाटतं. पण गाडी जरा तेज चालवा. पुण्याला लवकर पोहोचलं पाहिजे."

हसून रफिकमियाँनी गाडीचा वेग वाढवला.

■

रफिकमियाँना घेऊन जया जेलच्या दारात उभी होती. तिचे सारे प्राण डोळ्यांत गोळा झाले होते. या घटनेनं ती पार हादरून गेली होती. डोळ्याखाली काळी वर्तुळं गोळा झाली होती. अलंकाराविना सुने झालेले हात थरथरत होते. त्यांची पैशांची निकड बघून बंगला खरेदी करणारा मारवाडी अडीच लाखांवरच अडून बसला होता. शेवटी चार दागिने त्याच्या हवाली करून तिनं तीन लाख उभे केले होते. जामीन भरला होता. आणि ती जेलच्या प्रतीक्षालयात मानसिंगांची वाट बघत होती.

जेलर, पोलीस ऑफिसर, रफिकमियाँ यांच्याबरोबर मानसिंग येत होते. त्यांच्या चेहऱ्यावरचं तेज ओसरत गेलं होतं, कृश दिसत होते. त्यांना बघून जयाला हुंदका फुटला.

तिच्याजवळ येत मानसिंग म्हणाले, "रडू नको जया. सर्व ठीक होईल."

सर्वांशी हस्तांदोलन करून मानसिंग रफिकमियाँसह गाडीत बसले.

"भैय्या, गाडी शिर्केमहालाकडे घ्या." जया म्हणाली.

"शिर्केमहालाकडे? का?" मानसिंगांनी चमकून विचारलं.

"आम्ही आईकडे राहतोय. तुम्ही तिथं येणं बरं दिसणार नाही. तुम्ही शिर्केमहालात राहावं." जया म्हणाली.

"आपण पुण्याला जाऊ!" मानसिंग म्हणाले.

जया खाली मान घालून हातातल्या काचेच्या काकणांशी चाळा करीत होती. कुणीच काही बोलत नव्हतं. काहीतरी अचानक आठवून मानसिंगांनी विचारलं,

"जया, हातातल्या बांगड्या-पाटल्या काय झाल्या?"

जयानं मान वर केली नाही. रफिकमियाँ म्हणाले,

"जिजाजी, तीन लाखांचा जामीन भरायचा होता. दीदीनं बंगला आणि दागिने विकले. आणि जामीन भरला."

"आणि कांचनमाला? त्यांना भेटलो नाही?"

“भेटलो. पण पैसे भरायला त्यांनी नकार दिला.”

मानसिंगांना मृत्युपत्र लिहून घेणाऱ्या कांचनमाला आठवल्या. त्यांच्या कपाळावर आठी उमटली. जयाला कांचनमालांच्या भेटीचा प्रसंग आठवला. तिला हुंदका फुटला. तिला थोपटत मानसिंग निश्चयानं म्हणाले,

“मियाँ, गाडी शामाबाईंच्या घरी घ्या. जिथे जया, तिथे मी.”

■

शामाबाई, जया, खाँसाहेब सारे जण मानसिंगांना डोळ्यात तेल घालून जपत होते. झाल्या प्रकारानं मानसिंग खचून गेले होते. सबंध दिवस मानेखाली हात घालून, आढ्याकडे बघत ते विचार करीत असत. अजयच्या बोबड्या बोलांनी त्यांना विसावा मिळे. पण त्या बाळजीवाला बघून ते कातर बनत. त्याच्या भवितव्याची काळजी करत. जयानं केवढं दिव्य केलं होतं. त्यांच्या प्रेमासाठी, सुखासाठी सारं जीवन झोकून दिलं होतं. आणि ती तशीच उरली होती. शांत, स्निग्ध, निर्लेप. तिला मानसिंगांनी काय दिलं? पुन्हा जुन्या घरी यावं लागलं. लोकांचे बोल, दूषणं सोसावी लागली होती. अजयला आपण काय दिलं? तो तर आपला मुलगा!

एका बाजूनं रफिकमियाँ, शेळके वकील यांच्याबरोबर केसची तयारी करीत असत. पैशांचे हिशेब, नोंद तारीखवार लावणं, खरेदी-विक्रीची पत्रं तयार करून घेणं यात वेळ जाई. रफिकमियाँ त्यांना धीर देत असत. खरं आहे ते शाबीत करू. पुरावा भक्कम आहे याची खात्री देत. पण मानसिंग उदास बनले होते. केस जिंकणं किंवा हरणं यात त्यांना रस वाटत नव्हता. केवळ उपचार समजून ते वावरत होते. त्या जुन्या जीर्ण घरात वावरणारी जया, अजय यांना बघून त्यांचं काळीज फाटे. सर्व पूर्ववत करायला हवं होतं. पण त्यासाठी फार मोठा संघर्ष स्वीकारावा लागणार होता. सारं बळ एकत्र करायला हवं होतं. मनानं, शरीरानं उभारी बाळगायला हवी होती.

त्यांच्या हाताला धरून जयानं हळूहळू राममंदिराच्या तळीकाठी त्यांना आणलं होतं. झाडी बघून ती दोघं बसली. अजय बाजूलाच खेळत होता. त्या जागी येताच दोघांनी एकमेकांकडे बघून हास्य केलं. याच जागी पहिली भेट झाली होती. याच जागी प्रीतीचा पहिला साक्षात्कार झाला होता. आज परत त्या जागी येईपर्यंत केवढी वळणाची वाटचाल करावी लागली होती! जीवनानं अनेक अंगांनी अनेक रंग दाखवले होते. तळ्याच्या पाण्याच्या लाटा संथपणानं पायरीवर झेपावत होत्या. त्या मंद लहरींकडे दोघं बघत होती.

अचानक मानसिंग म्हणाले, “जया, पृथ्वी गोल आहे नाही? सारा प्रवास

करून परत याच जागी आलो बघ! पण आता तो निरागसपणा उरला नाही. सारं जीवन कडू होऊन गेलंय.''

''पण मला नाही असं वाटत! माझं सारं जीवन इंद्रधनूच्या रंगांनी रंगलंय असं मला वाटतंय. परत याच तळीच्या काठावर आलोय खरं. पण मधल्या काळात आईसाहेब भेटल्या. माझे दादा भेटले. तुमचं प्रेम लाभलं. अजयनं जीवन उजळून टाकलं. जगाच्या कडू वागण्यापेक्षा त्याग, समर्पणाचं मोल अधिक आहे, हे समजलं. प्रलयकाळ येतो. साऱ्या जगाचा नाश होतो खरा. पण त्यातच कुठंतरी सत्य तग धरून जगतं. त्या सत्याच्या एवढ्याशा अंकुरातनं पुन्हा विश्व आकाराला येतं. आपण फार सुदैवी आहोत. कारण सत्याचा तो अंकुर आज आपल्याला गवसलेला आहे. खरं ना? तुम्ही असे उदास नका होऊ.''

ममतेनं त्यांचा हात हातात घेत जया म्हणाली.

''जयू, किती समजूतदार आहेस गं तू? या लहान वयात मनाचा तोल तू कसा सांभाळतेस याचं मला आश्चर्य वाटतं.''

''त्याचं कारण, मी या राममंदिराच्या परिसरात वाढले! सर्व वेळ राम-सीतेचं जीवन अनुभवत जगले. राजभोग आणि वनवास सारखाच असतो, हे सारखं ऐकत होते. आता अनुभवलं. अग्नीच्या ज्वाला फुलासारख्या वाटतात. कारण माझा हात तुमच्या हातात आहे. तेवढा हात मात्र सतत लाभू दे इतकंच मी मागतेय.''

तिच्या आर्जवी बोलण्यानं मानसिंग कातर बनले. आवेगानं ते म्हणाले,

''जया, मी फार मोठी चूक केली. तुझा फार अपराधी आहे मी. आईसाहेबांनी, महाराजांनी तुला जप म्हणून सांगितलं होतं. आणि संतापाच्या भरात फार मोठी चूक करून ठेवलीय. नाही जया. अजून सर्व सावरता येईल. वेळ फार थोडा आहे. फार थोडा वेळ माझ्या हाती आहे.''

''असं काय बोलता ते. मला सांगा तरी नीट समजावून.''

जया घाबरी होत म्हणाली.

''चल, जया. मी रफिकमियाँकडे जाऊन येतो. आज... आत्ताच गेलं पाहिजे.''

मुरलीनं आणलेल्या टांग्यात बसून मानसिंग रफिकमियाँकडे गेले ते संध्याकाळी परत आले; येताना ते फार आनंदात होते. त्यांनी जयासाठी मोगरीच्या फुलांचे गजरे आणले होते, अजयसाठी खेळणी आणली होती. त्यांना आनंदात बघून सारं घर आनंदलं होतं. रात्री डोकीत मोगरीचे गजरे माळून आलेल्या जयाला त्यांनी हृदयाशी धरलं होतं. हळू आवाजात ते म्हणत होते,

''सर्व ठीक होईल जयू, सर्व नीट होईल.''

त्या रात्री जयानं सुखानं डोळे मिटले; खूप दिवसांनी डोळ्यांत अशी नीज साठून आली होती.

पहाटे राममंदिराच्या घंटेनं ती जागी झाली. तिनं बाजूला नजर टाकली. आणि तिनं किंकाळी फोडली. मानसिंग अंथरुणात पालथे पडले होते. हात कॉटवरून खाली लोंबत होता. तिनं त्यांना हलवून जागं करण्याचा प्रयत्न केला.

मानसिंगांचे डोळे मिटले होते. जयाचा आक्रोश ऐकू जाण्याच्या पलीकडे ते पोहोचले होते.

सारं रामपूर त्या वार्तेनं सुन्न झालं होतं. दु:खात बुडालं होतं. झालेला अन्याय प्रत्येकाला जाणवला होता. पण आता कुणीच काही करू शकत नव्हतं.

■

गेले सहा महिने जयानं अंथरूण सोडलं नव्हतं. तिला सावरणं, धीर देणं यात सारं घर गुंतून गेलं होतं. खाँसाहेब सकाळ-संध्याकाळ जयाजवळ येऊन बसत असत. न बोलता कुराण वाचत. सखूबाई अजयला जपत असत. तो आता खूप समजूतदार झाला होता. हट्ट करीत नव्हता, रडत नव्हता. पप्पाजींचं नाव काढलं की आई रडते, हे त्याला समजत होतं. तो आईजवळ बसून तिच्या डोळ्यांतलं पाणी पुसत असे. त्याला आता शाळेत घालायचं होतं, शामाबाई आता थकल्या होत्या. सुन्न मनानं त्या वावरत होत्या. पोरीच्या जीवनाची परवड बघून मनातून पुऱ्या खचल्या होत्या. संतापत होत्या. हसीना मात्र जयासाठी रामपूरला आईकडे राहत होती. मानसिंग गेले त्या संध्याकाळी रफिकमियाँ शोधत तिच्या घरी आले होते, रफिकमियाँ पुण्याला गेले होते. मानसिंग आलेले बघून तिला खूप आनंद झाला होता, तिनं त्यांचं खूप प्रेमानं स्वागत केलं होतं. मानसिंग पण खूप मोकळेपणानं बोलत होते. आता जयाच्या शेजारी कॉटवर बसून तिला तो प्रसंग आठवत होता. तिनं जयाला त्या भेटीबद्दल काहीच सांगितलं नव्हतं. तेवढा वेळच तिला मिळाला नव्हता. मानसिंग का आले होते? रफिकमियाँना त्यांना काय सांगायचं होतं?

"जया, जिजाजी माझ्या घरी का आले होते, त्याबद्दल काही बोलले होते का?" हसीनानं विचारलं.

"तेवढा वेळच कुठं होता? तुझ्याकडून आले ते खूप आनंदात होते. जेवून झोपले. आज सर्व ठीक होईल असं म्हणत होते. पण मला काय समजणार गं? ठीक कुठलं हसीना! सारं उद्ध्वस्त झालं बघ. सारं संपलं. फुलण्याआधीच निर्माल्य झालं."

हसीना विचारात हरवली होती. आठवणीचा एक-एक पट उलगडत होता.

"जया, जिजाजींनी चहा घेतला. आणि मियाँच्या लिहायच्या टेबलावर खूप वेळ लिहीत होते. मी विचारलं, 'काय लिहिताय?' तर म्हणाले, 'चूक दुरुस्त

करतोय.' नंतर ते बाहेर गेले. मीच तांगा आणून दिला ना? आणि पंधरा मिनिटांनी परत आले. म्हणाले, डॉक्टरांच्याकडे, वकिलाकडे जाऊन आलो. आज तुझा मियाँ घरी नाही ना? परत लिहायच्या टेबलाकडे गेले. लिहायला लागले. जाताना म्हणाले, 'रफिकमियाँ आले की सांग, माझं खूप महत्त्वाचं काम त्यांच्याकडे आहे. त्यांना बोलवून घे. आता माझा भरवसा त्यांच्यावर आहे. तुझ्या मैत्रिणीला सांभाळ. आतल्या आत सोसतेय सारं.''

ते ऐकून जयाला हुंदका फुटला. ती म्हणाली,

''सारं लक्ष केस कशी लढवायची यात लागलं होतं. झाला प्रकार मनाला फार लागला होता. बदनामीच्या डागानं पार उदासून गेले होते. रफिकमियाँ त्या दिवशी भेटले असते तर, त्यांच्या मनातले विचार तरी समजले असते. हसीना, काय होऊन बसलं गं सारं?''

दोघींचं संभाषण ऐकणारे रफिकमियाँ काही न बोलता बाहेर निघून गेले.

एवढ्यात शामाबाईंच्या मैत्रिणी पुतळाबाई, चंद्राबाई आत आल्या. जया उठून बसली. तिचा चेहरा पांढराफटक, निस्तेज झाला होता. हात काडीसारखे बारीक झाले होते. तिला बघून चंद्राबाई कळवळल्या. आत येणाऱ्या शामाबाईंकडं बघून त्या म्हणाल्या,

''शामा, अगं, पोरीची काय दशा झालीय! लक्ष दे जरा.''

''मी काय करणार? नशिबात आहे तेच होणार!'' शामाबाई तुटकपणे म्हणाल्या –

''तुलाच अवदसा आठवली होती शामा. लगीन लावायची केवढी हौस होती! आणि लगीन लावून तरी काय मिळवलंस? त्याची बायको हवेलीत आणि तुझी पोर तुझ्या पदरात.'' पुतळाबाई म्हणाल्या.

''लगीन लागलं तर हिला काय मिळालं सांग! आमच्यासारखंच झालं नव्हं? आम्ही रस्त्यावर फिरतोय; तशी ही! काय फरक आहे? उलट आमी सुखी. कुणाच्या नावानं रडणं नाही. मोकळ्या आहोत. पोराला नाव लावून गेले म्हणे! काय द्यायला नको? नाव लावणं सोपं असतंय. देणं लई अवघड. शामे, तू तरी कशी फसलीस गं?'' तोंडातलं पान थुंकत चंद्राबाई म्हणाल्या.

''आईसायबानी पुण्याला नेली, सून म्हटलं, कुक्कू लावलं, म्हणजे बायको झाली व्हय? तुझी पोर काढून घ्यायचा सोपा मार्ग सापडला त्यांना! आणि तू लग्नाला हपापलेली. भाळलीस झालं! अगं, आपल्या पोरी कुणाच्या सुना होत नसतात. तरी मी सांगत होते. आता आली का पंचाईत? आता उरला जलम वडाला फेऱ्या मारत बसा.''

''मावशी, हात जोडते मी. पण जयाला बोलू नका. तिचं लग्न झालंय. मी होते त्या लग्नाला.'' हसीना कळवळून म्हणाली.

“होय ना? मग जया त्या इस्टेटीची मालकीण का नाही तेवढं सांग. मी अडाणी आहे. पण चार पावसाळे जास्ती बघितलेत. येणाऱ्या गिऱ्हाइकांचे रंग बघत केस पांढरे झाले. वर रंग हिरवा दाखवायचा. पण त्यांची सोंगं ढोंगं बघून कवाच म्हातारं हुतंया मन. आज या पोरीचं काय होणार सांग. तू शिकलेली न्हवं? दे उत्तर मला!”

“का? तो सरदार शिर्केंचा मुलगा आहे.” हसीना म्हणाली. पण आपली वकिली लटकीच आहे, हे तिला समजत होतं.

“मुलगा हाय न्हवं? काय ठेवलंय बापानं? कोणती जहागीर? तेवढं दाखव. सरदार शिर्के म्हणे सरदार! लई बघितली असली सोंगं!”

“चंदामावशी, त्यांना आपलं मरण असं अवेळी येईल हे ठाऊक नव्हतं. दरबारची केस सुरू आहे. ती ते जिंकणार होते. नंतर शिर्केमहालात नेणार होते. पण मध्येच काळानं नेलं त्यांना.” जया रडायला लागली.

“बस्स कर जया रडणं! बस्स कर, फार झालं!”

शामाबाई कडाडल्या, “आता ही परवड मला सोसवत नाही. फार मोठी फसवणूक केलीय नशिबानं. आईसाहेब होत्या. सारं गोड होतं तोवर. पण मानसिंगांनी तुझं काय भलं केलं? एक बंगला दिला होता तोही विकून टाकलास. शेवटी तुझ्यात आणि आमच्यात काय फरक आहे? चंदाचं म्हणणं खरं आहे. आमचा शेवट रस्त्यावरच होणार. बेवारशी कुत्र्यासारखा. आणि तुला कुणाचा आधार आहे? कशाच्या आधारावर जन्म काढणार आहेस? प्रेमानं पोट भरत नसतं. जेवायला दोन वेळा अन्न लागतं माणसाला. अजयला शाळेत घातलंस. शिकवणार म्हणतेस. कशाच्या आधारावर? परवा त्याचं नाव घालायला शाळेत गेले होते. त्यावेळेचा प्रसंग तुला सांगितला नाही. पण आज सांगते.”

“काय झालं?”

जया सुन्न झाली होती. अंग ताठ झालं होतं. आईचं बोलणं आसुडासारखं फटकारत होतं.

“मी अजयला शाळेत घेऊन गेले. तेव्हाच कांचनमाला आल्या होत्या. त्यांच्या मुलाला घेऊन. सारे पालक दाखले भरत होते ते घेऊन, एकेक मुलाचं नाव पुकारत होते. अजयची पाळी आली. ‘अजयसिंह मानसिंग शिर्के’ असं नाव पुकारलं गेलं. अजय उठला. पण त्याच वेळी कांचनमाला संतापानं उठल्या. त्यांनी नाव पुकारणाऱ्या बाईंच्या हातून कागद घेतला. तो फाडून कचऱ्याच्या डब्यात फेकला. त्या मला म्हणाल्या, ‘हे नाव लावायची कुणी परवानगी दिली?’ मी म्हणाले, ‘ज्यांचा मुलगा आहे त्यांनीच नाव ठेवलं होतं.’ त्या संतापल्या. वाट्टेल ते बोलत होत्या. त्यांचे भाऊ म्हणाले, ‘आक्का, नाव लावून कुणी औरस मुलगा ठरत नसतो. शेवटी तो

रखेलीचाच पोरगा आहे. नाव लावून आपलं काहीच नुकसान होणार नाही. बेवारशी आहे. निदान नावाचा आधार असू दे. जगायला उपयोगी पडेल. पण लोक समजायचं ते समजणारच! ठेवलेल्या बाईचं पोर.' या त्याच्या बोलण्यावर सारे फिदीफिदी हसले. त्यानंतर पोराचं नाव दाखल करण्याचं बळ मला उरलं नाही. परतताना अजय सारखा विचारत होता, 'आजी, माझं नाव शाळेत का घातलं नाहीस?' मी काय उत्तर देऊ पोराला?'' शामाबाई डोळे पुसत म्हणाल्या.

"थांब आई, काही बोलू नको. हसीना, घरी जा. रफिकमियाँना बोलावून आण लवकर.''

जया निश्चयानं उठून उभी राहिली. तिच्या नजरेत अंगार फुलला होता. जखमी वाघिणीसारखी ती संतापली होती. मनाशी काहीतरी निश्चय करीत होती.

■

रफिकमियाँ, हसीना आणि जया बसले होते. शाळेत घडलेला प्रकार सर्वांनाच समजला होता. सारेच अस्वस्थ बनले होते. रफिकमियाँ शांतपणे विचार करीत होते.

"दीदी, बंगला विकला नसता तर आज उपयोगी पडला असता.''

"हो! आणि आपलं माणूस तुरुंगात सडत मरून गेलं असतं. मरण कुणाला चुकलं नाही रफिकभैय्या. पण जाताना ते या घरात गेले एवढंच समाधान आज माझ्याजवळ आहे. माझ्या परीनं मी समाधानी आहे. पण अजयचं काय होणार?'' जया चिंतेनं म्हणाली.

"दीदी, उगीच अन्याय सोसणं योग्य नव्हे. यात तुमचं समाधान असेल कदाचित. पण त्यामुळे आपण अन्याय करणाऱ्यांना उत्तेजनच देतो. तुमची वृत्ती मी समजू शकतो. तुम्हाला ना कशाची हाव, ना स्वार्थ. पण अजयसाठी मन घट्ट करून काही निर्णय या परिस्थितीत घ्यावेच लागणार. कायद्याची मदत घ्या. सर्व बाजू तुमच्याकडे झुकणाऱ्या आहेत. तुमचं लग्न झालंय. रजिस्टर लग्न. पुरावे आहेत. अजयचा वारसा सहज शाबीत करता येईल. हा माझा वकिली सल्ला आहे. आता निर्णय तुम्ही घ्या.''

"म्हणजे आपण काय करायचं?''

"कांचनमालावर कोर्टात केस दाखल करायची. अजयचा वारसा सिद्ध करायचा. अर्धी वाटणी मागायची. अजयला अनौरस म्हणून जगावं लागणार नाही. तो अनौरस नाहीच. पण या परिस्थितीत ते सिद्ध करावं लागणार. त्याला मानानं जगता आलं पाहिजे. तसंच तुम्ही गप्प राहिलात तर कांचनमाला शिर्केंची सारी इस्टेट विकून टाकतील. नाव-निशाणीही उरणार नाही.''

''माझा तुमच्यावर भरवसा आहे भैय्या! कांचनमालांनी नवऱ्याला कोणतं सुख दिलंय म्हणून मला त्यांची दया यावी? उलट त्यांनी जामीन भरला असता तर मी स्वत: दोघांचा समझोता घडवून आणला असता. मी बाजूला झाले असते. पण त्यांना फक्त पैसा हवा होता. तुमचं म्हणणं पटतं मला. माझ्या अजयच्या प्रतिष्ठेसाठी मला झगडलं पाहिजे. आपण दावा लावू. पण भैय्या –''

जया अडखळली.

''पण काय? दीदी स्पष्ट बोला. संकोच करू नका.''

''भैय्या, त्यापूर्वी एकदा कांचनमालांना भेटा.''

''जया, तू बदलणार नाहीस. सगळ्या जगाची तुला दया येते. तू एवढं स्वत:ला गहाण ठेवून जिजाजींना सोडवलंस. पण त्या घरातून कुणी आलं त्यांना भेटायला? तडजोड होते का हे बघणं ठीक आहे. पण त्या बाईशी तडजोड?'' हसीना संतापानं म्हणाली.

''खरं आहे हसीना. त्यांचा दुष्टपणा त्या सोडणार नाहीत. मग आपण तरी आपला चांगुलपणा का सोडायचा? सज्जनपणानं वागणं हे कधीकधी दुबळेपणाचं लक्षण वाटतं. पण सज्जन तसे वागतात म्हणून तर जगात सुंदरता आहे.''

''साऱ्या जगाची सुंदरता टिकवायचा मक्ता तूच घेतलास की काय?'' शामाबाईंनी विचारलं.

''आई, माझं मन कसं घडवलंय देवानं, तेच मला समजत नाही. कुणी कितीही वाईट वागलं तरी मला वाईट वागता येत नाही. उलट ते चांगले वागू शकत नाहीत म्हणून कीव येते.''

''न का चांगलं वागेनात. भोगतील फळं आपल्या कर्माची!'' हसीना तडकली.

''ते खरं गं! पण एकदा विचारून बघायला काय हरकत आहे? रफिकभैय्या, माझ्यासाठी माझे वकील म्हणून शिर्केमहालात जा. त्यांना समजावून सांगा. किती झालं तरी मी शिर्केंची सून आहे. त्याच तोलानं मला वागलं पाहिजे. त्या घराची अब्रू, शान जपली पाहिजे. दुर्दैवानं त्याच वाकड्यात शिरल्या तर मग कोर्ट! आपल्या हक्कासाठी उभं राहणंच भाग आहे.''

जया अग्निशिखेत धगधगणाऱ्या तप्त सुवर्णासारखी तेजस्वी दिसत होती. सारे स्फुल्लिंग मनात साठवले होते.

■

पंधरा दिवस! पंधरा दिवसांत जीवनाचा सारा पटच उलटून गेला होता, साऱ्या आठवणींनी मन कातर बनलं होतं. खटला करणं, दावा लावणं हा स्वभाव नव्हता.

पण परिस्थितीनं तेही करायला लावलं होतं. सर्व शहरात उलट-सुलट चर्चांना ऊत आला होता. लग्न कायदेशीर आहे की नाही, हे सिद्ध करावं लागतं. लग्न हे मनांचं मीलन, जन्माची साथ, सुख-दुःखाच्या वाटेवरून चालताना दिलेली सोबत. त्याला असं बाजारी स्वरूप यावं? कोर्टातला फक्त एक कागद. एक कागद माणसाचं जीवन संपूर्ण चुरगळून टाकू शकतो! भावनांची तिथं कदरच नसते. तिथं असते चौकट... नियम, कायदा! ज्याच्या आधारावर खऱ्याचं खोटं होऊ शकतं!

खोटं!

जया दचकली.

खोटं कसं? काय खोटं?

त्या दिवशी कांचनमालांनी मृत्युपत्र कोर्टात दाखल केलं. सारा रंगच बदलला. त्यांनी मृत्युपत्र केलं असेल, याची कल्पनाच नव्हती. ना कधी आपल्याला त्यांनी सांगितलं.

आपण खूप समजतो. पण माणूस तसा खरा नसतोच का? किती प्रेमानं वागवायचे! मला तुझ्याशिवाय कुणी नाही असं म्हणायचे! आपण तेच समजून चालत होतो. त्यागात, सेवेत, समर्पणात सुख मानत होतो. तन, मन आणि धनानंसुद्धा त्यांच्यावरून कुरवंडी केली. त्यांचा प्रत्येक अश्रू झेलला. शेवटी परत या अवस्थेत येऊन पडलो. आणि त्यांनी... त्यांनी मृत्युपत्र करताना फक्त... फक्त कांचनमाला आणि विक्रमचाच विचार करावा?

जयाची नजर मानसिंगांच्या फोटोवर खिळली होती. टपोरे डोळे, धारदार नाक, ओठावर खेळणारं मिस्कील हास्य! याचाच तर मोह पडला. या सुंदर चेहऱ्याचा... पण त्यामागचं मन! ते कधीच आपलं नव्हतं!

त्या दिवशी कांचनमालांनी मृत्युपत्र दाखल केलं.

केवढा विजयी भाव त्यांच्या चेहऱ्यावर होता.

दोन दिवसांनी रफिकमियाँनी कोर्टात जाऊन स्वत: त्या मृत्युपत्राची खात्री करून घेतली. घरी आले ते एवढंसं तोंड करून! त्या मृत्युपत्रानं त्यांनी सारी इस्टेट कांचनमाला आणि विक्रम यांना दिली होती.

माझी नसेल! पण अजयची तरी आठवण! तीही त्यांना नसावी?

शेवटी आईला भीती होती तसंच घडलं. एक विरंगुळा, एक बदल म्हणूनच त्यांनी मला जवळ केलं.

इतकी विदारक फसवणूक? मुंग्यांचं वारूळ आहे असं समजून निश्चिंत मनानं जवळ बसावं आणि आतून भयानक भुजंग सळसळत बाहेर निघावा असंच घडलं! स्वप्नाचं जग केव्हाच उडून गेलं. आणि सत्यानं फणा वर काढला.

विचारांचा भार असह्य होऊन जयानं देव्हाऱ्यासमोर डोकं ठेवलं. ती रडत होती.

तिनं मान वर उचलली. तिची नजर सीतामाईवर पडली. शांत, स्निग्ध नजरेनं ती जयाला गोंजारत होती. तिच्याकडे एकटक बघत असता जया मुग्ध झाली होती.

या सीतेनं कोणाचा त्याग करायचा शिल्लक ठेवला होता? राजवस्त्रात गुरफटलेली ही राजकन्या क्षणात वल्कलं नेसून वनात निघाली. चौदा वर्षं ऊन, थंडी, वारा, ताप याची पर्वा न करता रामचंद्राला साथ दिली. रावणानं अपहरण केलं. अगतिकतेनं तो अन्याय स्वीकारला. अग्निप्रवेश करावा लागला. शुद्ध असूनही दिव्याला सामोरं जावं लागलं. मग परत आला राजप्रासाद, राजवैभव, राजवस्त्रं, राज्याभिषेक! आणि नकळत पुन्हा माथी आला वनवास –

तिचा त्याग करताना कुठं रामानं सांगितलं होतं तिला? काही कारण दिलं होतं?

राजमाता असूनही तिला वनात जगावं लागलं.

रामानं लवांकुशांचा स्वीकार केला. पण –

पण सीतेला मात्र परत दिव्याला सामोरं जावं लागलं.

एकदा हे सर्व घडून गेलं होतं. आता परत तेच घडणार होतं.

त्यापेक्षा तिनं धरतीत विलीन होणं मान्य केलं.

पण कधी तक्रार केली नाही. रामाला दोष दिला नाही. प्रेमाबद्दल शंका बाळगली नाही. खरं प्रेम असं असतं. मुकाटपणे सारं दुःख, वेदना पचवत असतं. पण प्रेमावरचा विश्वास, निष्ठा कधी ढळत नसते!

आणि मी मात्र... मी पंधरा दिवसांत अशी उद्ध्वस्त का झाले?

केवळ सारी इस्टेट कांचनमालांना दिली म्हणून?

त्यांचं प्रेम मी विसरले कशी?

म्हणजे त्यांचं प्रेम मी पैशानं मोजतेय ना? असंच ना?

रामानं सीतेचा त्याग केला; कारण तो अगतिक होता. कर्तव्यबद्ध होता. पण त्याचं सीतेवर प्रेम नव्हतं असं आपण म्हणू शकत नाही. तसंच हे मृत्युपत्र करताना त्यांना यातना झाल्या नसतील कशावरून? त्या कागदाची किंमत कोर्टात असेल. कांचनमालांना असेल. पण मी? मला त्या प्रेमाची इतकी अनुभूती असताना मी का बेचैन व्हावं?

मी प्रेम केलं. त्यानं मी तृप्त झाले.

आता त्या प्रेमावर विश्वास दाखवणं, हे माझ्या दुःखाचं कारण ठरणार आहे. तो विश्वासच गमावला तर जगण्याचं बळच सरेल.

जयानं पुन्हा देव्हाऱ्याच्या कठड्यावर मस्तक ठेवलं. अश्रूंचा अभिषेक सीतामाईंच्या पावलांवर होत होता.

सखूबाईनं तिला उठवलं.

''वैनीसाब, असं सारखं रडून काय व्हनार जी? उठा, बाहीर वकीलसाब आल्यात. हसीनाबाई आल्यात. चला.''

■

सखूबाईनं जयाचा हात धरला. तिला दिवाणखान्यातल्या बैठकीवर आणून बसवलं. चेहऱ्यावरचा ताण स्पष्ट जाणवत होता. हसीना तिच्याजवळ येऊन बसली. ती हसत होती.

जयाला म्हणाली, ''जया, आपण केस जिंकणार. आता हास बाई एकदा!''

शामाबाईंनी अडकित्त्यातली सुपारी काडदिशी फोडली. त्यांनी अलीकडे जयाशी बोलणंच सोडलं होतं. मनातल्या मनात त्या धुमसत असत.

जया कोरडेपणानं हसीनाला म्हणाली, ''हसीना, केससंबंधी काही बोलू नको. निकाल काय लागणार आहे ते ठाऊक आहे ना? मग झालं. चार दिवसांनी तारीख आहे. त्याला तुम्हीच जा. मी येणार नाही. त्यांनी सर्व कांचनमालांना दिलंय ना? देऊ देत.''

''दीदी, ऐका तरी!'' तिला थांबवत रफिकमियाँ म्हणाले, ''फार मोठा पुरावा हाती आला आहे आपल्या. आणि चार दिवसांपूर्वीच मी तो कार्टात दाखल केलाय. त्याच गडबडीत मी होतो. म्हणून तर येता आलं नाही.''

''पुरावा? कसला पुरावा? आणि कोर्ट तो मान्य करेल?''

''त्यांना मान्य करावाच लागणार. विरोधी वकिलांनी गडबड केली म्हणा! पण निकाल लागेपर्यंत कोणताही पुरावा कोर्ट स्वीकारतंच. आता या पुराव्याची छाननी चालली आहे. त्यावर कोर्ट निकाल देईल. तो निकाल आपल्यासारखा असणार.''

रफिक बोलत असताना त्यांना जयानं थांबवलं.

''भैय्या, आता कोणत्याही मृगजळामागं मला धावायचं नाही. फार थकून गेलेय मी. सुख-दुःखाच्या चकव्यामागं फार धावलेय मी.''

''जयू, तुला आठवतं? जिजाजी माझ्या घरी आले होते. तिथे येण्यापूर्वी तुला काय म्हणाले होते? आठव जरा!'' हसीनानं विचारलं.

''आम्ही दोघं तळ्याच्या काठावर बसलो होतो तेव्हा, ते सारखं म्हणत होते. 'जयू, मी तुझा अपराधी आहे. फार मोठी चूक घडलीय माझ्या हातून!' ते रफिकभैय्यांना भेटायला तुझ्या घरी आले.''

''होय ना? पण मियाँ घरी नव्हते. जिजाजी मियाँच्या टेबलापाशी बसून खूप वेळ काहीतरी लिहीत होते. मध्येच बाहेर जाऊन आले. येताना मला मिठाई, तुझ्यासाठी फुलं, अजयला खेळणी सारं-सारं घेऊन आले. पुन्हा लिहीत बसले.

जाताना मला म्हणाले, ‘उद्या रफिकमियाँना भेटतो. फार महत्त्वाचं काम आहे.’ पण त्या रात्रीच ते गेले.’’

‘‘हसीना, ते घरी आले तेव्हा खूप आनंदात होते. आता सारं ठीक होईल असं सारखं म्हणत असतानाच मी ऐकत होते. मला वाटलं सरकारी केसबद्दल असणार.’’

‘‘दीदी, घरी येताना त्यांच्या हाती काय होतं आठवतं?’’ रफिकमियाँनी विचारलं.

‘‘फुलांचे पुडे आणि खेळणी. मीच हातातून घेतली ना!’’

‘‘तेच मी हसीनालाही विचारलं. याचा अर्थ त्यांनी लिहिलेले ते कागद आमच्याच घरी असणार. मी आणि हसीनानं सारी कपाटं, ड्रॉवर्स शोधले. आणि काय! दीदी, तो बंद लिफाफा, माझ्या नावाचा, माझ्या टेबलाच्या खणात अगदी तळाशी ठेवला होता. त्यावर इतके दिवस कागदपत्र चढतच होते. माझ्या पण लक्षात कसं येणार?’’

‘‘काय होतं त्या पाकिटात?’’ शामाबाईंनी विचारलं.

‘‘बस्स करा रफिकभैय्या, बंद करा. मला आता सहन होत नाही. काही ऐकण्याची इच्छाच उरली नाही.’’

जयानं तक्क्याला डोकं टेकवलं. तिच्या चेहऱ्यावर घाम उतरला होता. हात थरथरत होते. हसीना घाबरली. तिनं गडबडीनं पाण्याचा ग्लास आणला. पंखा चालू केला. थोड्या वेळानं तिनं जयाला अंथरुणावर झोपवलं.

तिला थोपटत हसीना म्हणाली, ‘‘जयू शांत हो; आराम कर! सर्व मियाँवर सोपव. आम्ही जातो.’’

■

जयाच्या वकिलांनी नवं मृत्युपत्र कोर्टात दाखल केलं. या बातमीनं शिर्केमहाल हादरून गेला होता. हाताशी आलेला घास जाणार की काय, या विचारानं सारेच बेचैन झाले होते. या मृत्युपत्रात काय असेल याचा विचार करीत होते. कांचनमाला, त्यांचे बंधू, वडील, दिवाणजी सारेच अस्वस्थ होते. देशपांडे वकील आपल्या सोबत कदम वकिलांना घेऊन येणार होते, त्यांची वाट पाहत सारे दिवाणखान्यात बसले होते.

‘‘सगळं कसं सुरळीत चालून आलं होतं. ऐनवेळी ते मृत्युपत्र सादर केलं आणि पंचाईत झाली.’’

‘‘पंचाईत कसली आबा?’’ कांचनमालांनी विचारलं.

‘‘पंचाईत थोडीथोडकी नव्हे. इथली शेतीवाडी विकून परदेशी जायचं ठरलं होतं. या शेतीच्या विक्रीसंबंधी घेलाशेटबरोबर बोलणीही केली होती. पन्नास हजार

ॲडव्हान्स घेतले होते.''

कांचनमालांना ही गोष्ट ठाऊकच नव्हती.

आश्चर्यानं त्या म्हणाल्या, "ॲडव्हान्स? आणि आपण मला बोलला नाहीत कधी?''

"त्यात काय बोलायचं! तुम्ही विधवा आहात. पालक या नात्यानं तो व्यवहार मी केला. तुम्हाला त्यातलं काय कळणार?''

आबा बेफिकिरीनं म्हणाले.

"पण... पण ते पैसे...'' चाचरत कांचनमालांनी विचारलं.

"पैसे! ते मी ग्वाल्हेरच्या कारखान्यात वापरले. एक फार मोठं बिल थकलं होतं. देऊन टाकलं.'' ते सहज म्हणाले.

"पन्नास हजार सहज देऊन टाकलेत? न सांगता?'' त्या वार्तेनं गारठलेल्या कांचनमाला म्हणाल्या.

"आक्का, ते पैसे तुम्ही आमचं देणंच लागत होतात.'' शहाजी म्हणाले.

"देणं? कसलं देणं?''

"सात वर्षं तुम्ही ग्वाल्हेरला राहिलात. परदेशात दोस्ताबरोबर फिरलात. चैन केलीत. तो सारा खर्च काढला, तर सहज लाखांच्या घरात जाईल. आबांनी फक्त पन्नास हजारच घेतले. सध्या आम्ही अडचणीत आहोत. येणारा पैसा सध्या आम्ही वापरू. आम्ही जरा सावरलो की, देऊन टाकू. आहे काय त्यात मोठंसं!'' चंद्रहास म्हणाले.

"त्यानंतर आपण परदेशात जाऊ शकता.''

"माझी शेती विकून, माझे पैसे वापरून मलाच आश्रित करून ठेवणार?''

"ते आता अटळ आहे. शेती विकण्याच्या प्रस्तावाला तुम्ही मान्यता दिली आहे. आठवतं? पण जर ते मृत्युपत्र अस्सल निघालं, तर मात्र सर्वांचीच पंचाईत आहे.'' आबासाहेब काळजीनं म्हणाले.

"शिवाय आक्का, तुम्ही ग्वाल्हेरला परतलात. कारण पूर्वीचे प्रेमसंबंध तुम्ही विसरू शकला नाहीत. तिथं येऊन तुम्ही राजरोसपणानं वागत होता. परदेशात दोस्तांबरोबर भटकत होतात.'' शहाजी छद्मीपणानं बोलत होता.

"त्याचं आता काय?''

"आता नसेल. पण त्या वेळी आम्हाला किती लाजिरवाणं झालं? आबासाहेबांनी सारं चुपचाप सोसलं. तुम्हाला घरात ठेवून घेतलं. डोळ्यावर कातडं ओढून घेतलं.''

चंद्रहासनं री ओढली.

"पण हे सारं आजच का ऐकवताय?''

"ज्या आबासाहेबांनी तुमची सारी थेरं खपवून घेतली, त्यांना या पडत्या काळात तुम्ही सांभाळून घ्यायला नको? पैसा कुठं जाणार आहे की आम्ही गायब

होणार आहोत! तुमचे दोस्त परदेशात वाट पाहत आहेत, याची आम्हाला कल्पना आहे. पण आम्ही लवकरच पैसे परत करू. त्यानंतर तुम्ही हवं तेव्हा जाऊ शकता.''

कांचनमालांच्या पायाखालची जमीन हादरत होती. तळाचा सारा गाळ समोर आला होता. तेवढ्यात वकील आत आले. सारे जण उत्सुकतेनं त्यांच्याकडे बघत होते.

घाम टिपत देशपांडे म्हणाले, ''रफिकमियाँना भेटून आलो.''

''तुम्ही गेला होता? रफिकमियाँकडे?''

''का? आमचं भांडण कोर्टात. एरवी आम्ही मित्रच असतो.'' देशपांडे म्हणाले, ''कांचनदेवी, मृत्युपत्र अस्सल आहे. त्यावर सह्या केलेले वकील आणि डॉक्टर यांना भेटून आलो. रफिकमियाँनी खात्री दिलीच. सरदार शिर्के ज्या दिवशी मरण पावले त्याच दिवशी दुपारी त्यांनी मृत्युपत्र केलं आहे. ते केलं नसतं तर –''

''ते जाऊ दे हो! आता हे सांगा, काय आहे त्यात?'' आबासाहेब वैतागानं म्हणाले.

''ते मात्र रफिकनी सांगायचं नाकारलं. ते मी दोन दिवसांत कोर्टात बघून घेईन हो. त्यात काही विशेष नाही. पण दोन शक्यता आहेत. एक तर सर्व इस्टेट जयादेवींना दिली असणार किंवा दोघींना समान वाटून दिली असणार. पण त्यावेळेचा विचार करता पहिलीच शक्यता जास्त दिसते.''

''आई गंऽऽऽ''

कांचनमाला आईच्या गळ्यात पडून रडू लागल्या.

या साऱ्यानं संतापलेले आबासाहेब अस्वस्थपणे फेऱ्या घालीत होते. त्यांचा सारा डाव धुळीला मिळाला होता. ते कांचनमालांकडे पाहत कडाडले –

''डॅम इट्! कांचन, आधी हे रडणं बंद करा.''

कांचनमालांनी पदराचा बोळा तोंडात घातला होता. आतल्या आत त्या थरथरत होत्या. ज्या माहेरचा सदैव दिमाख मिरवला होता, त्याचं पितळ आज उघडं पडलं होतं. साऱ्यांनीच त्यांचा लिलाव मांडला होता. न विचारता त्यांना विकायला बसले होते. मानसिंगांनी निष्ठुरपणे पाठ फिरवली होती. का फिरवू नये? कांचनमालांना आपली वर्तणूक आठवत होती. रामपूरला मन रमत नसल्याचा बहाणा करून ग्वाल्हेरात, परदेशात प्रियकरांशी केलेला एकांत आठवत होता. नव्या फॅशनच्या आहारी जाऊन व्यसनांच्या जाळ्यात गुंतणं आता आसुडासारखं फटकारत होतं. मानसिंगांनी जयाशी लग्न केलं होतं. काय चुकलं होतं त्यांचं? पण सुडानं पेटून त्यांनी मानसिंगांना छळण्याची एकही संधी गमावली नव्हती. तुरुंगात जाणाऱ्या मानसिंगांना अडवून मृत्युपत्र करवून घेतलं होतं. ते तुरुंगात गेले, याचा आनंद मानला होता. जयाचा, अजयचा अपमान केला होता. तडजोडीसाठी आलेल्या रफिकना दारातून हाकललं होतं. भावांना, वडिलांना दोष देण्याचा कोणताही

अधिकार कांचनमालांना उरला नव्हता. त्यांचं मन शरमेनं, संतापानं, अगतिकतेनं भरून गेलं होतं. त्यांना पुन्हा हुंदका फुटला.

"वकीलसाहेब, यावर उपाय काय?" शहाजींनी विचारलं.

"अशा प्रकारचं मृत्युपत्र असेल याची कल्पनाच नव्हती. नाहीतर खटला लढवलाच नसता. आता उपाय एकच. तडजोड. कांचनदेवींनी जयादेवींना भेटावं. माफी मागावी. आणि आपसात बोलणी करून मिटवून टाकावं. न पेक्षा निकालाची वाट पाहावी."

देशपांडेंचे शब्द संपायच्या आत कांचनमाला ओरडल्या,

"क्षमा? मी मागणार? शक्य नाही. त्यापेक्षा मी मरून जाईन."

कोचावरच्या उशीत तोंड लपवून त्या रडू लागल्या.

■

आणि आज निकालाचा दिवस होता. सारं कोर्ट खच्चून भरलं होतं. न्यायाधीशमहाराज येताच सारे शांत झाले. उभे राहिले. ते बसताच सारे बसले. सर्वांना उत्सुकता लागून राहिली होती. कांचनमाला आणि परिवार खूप अस्वस्थ होता. जया, हसीना आणि खाँसाहेब समोरच बाकावर बसले होते. न्यायाधीशमहाराज समोरच्या निकालपत्रावरून नजर फिरवत होते. सारं कोर्ट स्तब्ध झालं होतं.

जया मात्र निर्विकार होती. मनाशी काही ठरवीत होती. जो निकाल येईल त्याला तोंड कसं द्यावं, याचा विचार करीत होती. न्यायाधीशमहाराज निकाल वाचून दाखवत होते.

"जयादेवी यांचे वकील रफिक मुल्ला यांनी सादर केलेलं मृत्युपत्र अस्सल आहे. दोन मृत्युपत्रांची तारीख बघता दुसरे मृत्युपत्र प्रमाण मानून कोर्ट त्यानुसार निकाल देत आहे की, मानसिंगराव शिर्के यांची स्थावर, जंगम इस्टेट त्यांच्या दोघी पत्नी श्रीमती कांचनमाला व श्रीमती जयादेवी यांनी समान वाटणीनं वाटून घेणेची आहे. जयादेवींना सरदार शिर्के यांच्यापासून झालेला मुलगा अजयसिंह हा आहे."

न्यायाधीशांनी अजयचं नाव घेतलं तेव्हा जयानं कांचनमालांकडे पाहिलं. त्यांचा चेहरा पार उतरून गेला होता. जयाचं लक्ष आता निकाल ऐकण्याकडे नव्हतं. तिला जे मिळवायचं होतं, ते तिनं मिळवलं होतं. तिच्याभोवती फोटोग्राफर्सनी गर्दी केली. भरभर फोटो निघत होते. जया संकोचून बसली होती.

हसीना तिला डिवचून म्हणाली, "जया, तिकडं बघ ना! हो गयी छुट्टी!"

"असं हिणवू नकोस हसीना."

“हो ना बाई! आणि केस तिनं जिंकली असती तर गं? याच कोर्टात तुझा अपमान करायला तिनं मागं-पुढं बघितलं नसतं.”

कांचनमाला निघाल्या होत्या. जयानं मनाशी निश्चय केला. त्यांच्यासमोर जात ती म्हणाली,

“आज रात्री आठ वाजता मी शिर्केमहालात येणार आहे.”

“का? घाई झालीय वाटणी मागायची?”

“वाटणी मी मागत नाही! वाटणी तुम्हाला देते आहे, केस मी जिंकली आहे. हे निदान कोर्टात तरी विसरू नका. चल, हसीना.”

“पण आजच? इतकी घाई का?” कांचनमाला म्हणाल्या.

“घाई?” जया हसून म्हणाली, “उलट मी फार उशीर केला हक्क बजवायला.”

कांचनमाला संतापानं निघून गेल्या.

तेवढ्यात खाँसाहेब, रफिकमियाँ आले. जयानं खाँसाहेबांना वाकून नमस्कार केला.

“अल्ला परवरदिगार, तेरा लाख शुक्रऽऽ” खाँसाहेब पुटपुटत होते.

“दीदी, सारं ठीक झालं ना? चला आता. फार सोसलंत.”

रफिकमियाँ म्हणाले. आणि त्यांनी गाडी सुरू केली.

हसीना म्हणाली, “खाँसाब, आता शेरनी बोलायला लागली. हो गयी छुट्टी!”

त्यावर सगळेच हसले.

दाराशी सखूबाई आरती घेऊन उभी होती. तिनं दहीभाताचे गोळे उतरून कुरवंडी केली. आणि जयाला व रफिकमियाँना ओवाळलं. हसीना दोघांमध्ये उभी होती. आत जाऊन जयानं शामाबाईंना नमस्कार केला. त्यांच्या मिठीत शिरत ती रडायला लागली. तिच्यासाठी त्या म्हाताऱ्या जीवानं केवढं सोसलं होतं. शामाबाईंच्या मैत्रिणी पुतळाबाई, चंद्राबाई आल्या होत्या. त्यांनी जयाची दृष्ट काढली. डोळ्यातलं पाणी पदरानं पुसत चंद्राबाई म्हणाल्या,

“जया, पोरी, आता तुला काही दोष येणार नाही. आता सुखानं जग पोरी. आईला सुख दे. फार सोसलंय शामानं.”

त्याच वेळी अजय धावत आला. ऐकलेल्या बातमीचा अर्थ त्याला समजण्यासारखा नव्हता. तरी तो जयाला म्हणाला,

“मा, तुम्ही जिंकलंत ना?”

त्याला उराशी धरून जया रडू लागली –

“होय रे राजा, आता तुला कोणी टोचणार नाही. या जगात आता तू सन्मानानं जगशील. शिर्केंचा वारस म्हणून जग. मोठा हो! वडिलांचं स्वप्न पुरं कर.”

अजयला काही समजत नव्हतं. त्याचं लक्ष त्या भल्या-मोठ्या पेढ्यांच्या

पुड्याकडे लागलं होतं. जयाची मिठी सोडवत तो म्हणाला,

''पण मा, पेढा कधी देणार?''

सारे हसले. जया म्हणाली,

''आधी देवबाप्पाला द्यायचे. सखूबाई, चला, मंदिरात जाऊ.''

अजयचं बोट धरून ती राममंदिराकडे निघाली. पाठोपाठ सखूबाई पूजेचं तबक घेऊन येत होती. तिचं मन आनंदलं होतं.

राममंदिर शांत होतं. जयानं देवाला हार घातले. समईत तेल घातलं. पेढ्यांचा पुडा उघडून अजयच्या तोंडात घालत ती म्हणाली,

''हा प्रसाद!''

पण तोंड उघडण्यापूर्वी दुसरा पेढा जयाच्या तोंडात घालत अजय म्हणाला,

''आधी तू खा.''

त्याला जवळ घेऊन जयानं त्याला राम-सीता दाखवली.

ती म्हणाली, ''या सीतामाईला दोन मुलगे झाले होते. लव आणि कुश. राजाची मुलं असूनही त्यांचा जन्म वनात झाला होता.''

''आई, राजाची मुलं ना ती? मग वनात जन्म का?'' अजयनं विचारलं.

''ते सीतेचं दुर्दैव. आणि रामाचं मोठेपण. ते जाऊ दे. पण वनात जन्मलेल्या त्या शूर मुलांनी रामाच्या यशाचा घोडा पकडला.''

''का?''

''बेटा, प्रत्येक वनवासी, पोरक्या पोराला आपलं मोठेपण सिद्ध करण्यासाठी असा पराक्रम करावा लागतो.''

''पुढं काय झालं मा?''

''पुढे? त्या दोन पराक्रमी मुलांना रामानं त्यांचा हक्क परत दिला. त्यांना राज्यावर बसवलं.''

''आणि सीता! तिचं काय झालं?''

''ती केव्हाच हरवली होती राजा!''

सीतेकडे एकटक बघत जया म्हणाली. अजयला काही समजलं नव्हतं. वनवासी सीतेची मुलं राजा बनली, याचाच त्याला आनंद झाला होता.

एवढ्यात हसीना धावत आली.

''जया, अगं, चल-चल लवकर!''

''का गं?''

''अगं, ती कांचनमाला आली आहे वकिलांना घेऊन.''

''कांचनमाला? आपल्या घरी?''

''हो! जया, दया येईल हं तुला! काही विरघळून जाऊ नको.''

जया लगबगीनं उठली. तळी पार करून ती घरी आली. बैठकीवर कांचनमाला बसल्या होत्या. शेजारी विक्रम होता. कांचनमालांचे वकील होते. अजयला बघून विक्रम उठला. त्यानं अजयचा हात धरला. दोन्ही मुलं मानसिंगांची प्रतिकृती होती.

"नाव काय तुमचं?" विक्रमनं अजयला विचारलं.

"अजयसिंह मानसिंग शिर्के आणि तुमचं?"

"विक्रमसिंह मानसिंग शिर्के." विक्रमनं सांगितलं.

"म्हणजे आपण दोघं लव-कुश!" अजय म्हणाला.

यावर सारेच हसले. हसीना त्या दोघांना घेऊन आत गेली.

"आपण इथे कशासाठी आलात? मी रात्री येणारच होते?"

"हो! म्हणूनच मी आले. त्या आधी आपण तडजोड करू."

"तडजोड? कसली तडजोड?"

"त्याचं काय आहे जयादेवी. कायद्याप्रमाणे तुम्ही साऱ्या इस्टेटीतील अर्धी वाटणी घेऊ शकता. पण शिर्केमहालाची वाटणी करणं, यात जरा प्रतिष्ठेचा प्रश्न आहे. सारी खानदानी मंडळी तिथे राहतात. त्या साऱ्यांच्या देखत अशी वाटणी होणं म्हणजे चर्चेचा विषय आहे; यात शिर्केंची बदनामी आहे असं मला वाटतं. म्हणून आपण काही रक्कम ठरवू. ती रक्कम आपण घ्या आणि शिर्केमहालावरचा हक्क सोडा. इकडे सर्व झाकून जाईल आणि आपणही सुरक्षित राहाल."

एवढं बोलून वकिलांनी घाम टिपला.

"वकीलसाहेब!" जया कडाडली, "कुणी वकिली शिकवली आपल्याला? माझे वकील आपल्याकडे तडजोडीसाठी पहिल्यांदा आले होते. त्यांचा कोणता अपमान करायचा आपण शिल्लक ठेवलात? घाबरू नका; हे सभ्य स्त्रीचं घर आहे. या घरात कधी कुणाचा अपमान केला जात नाही."

जया वकिलावर नजर रोखत म्हणाली, "आपण शिर्केंची बदनामी म्हणता. अहो, ज्या घरात रोज दारूच्या पार्ट्या चालतात, घरचा धनी तुरुंगात जात असता मृत्युपत्र लिहून घेतलं जातं, जामीन भरायला नकार दिला जातो, घरचा धनी परक्या ठिकाणी मरतो, पण त्याचं सोयरसुतक कुणाला नसतं. त्या घराला बदनामीचं भय केव्हापासून वाटू लागलं? आणि मी विचारते, तुम्ही केस जिंकली असती, तर माझी तडजोड मान्य केली असतीत? नाही वकीलसाहेब, मला ही तडजोड मान्य नाही. त्याग, समर्पण मी अनुभवलंय. पण ते माझ्या माणसासाठी! मी जयनंदा आता फक्त हक्क बजावणार आहे. कारण केस मी जिंकलीय. आजच आठ वाजता मी येणार आहे, माझ्या वकिलांना घेऊन. चमच्यापासून दागिन्यांपर्यंत... सर्वांतील निम्मी वाटणी मला हवी आहे. आपण जरूर थांबा. आणि कांचनमाला जर थांबल्या नाहीत, तर संपूर्ण शिर्केमहाल माझा असेल. अर्ध्याची मालकी मी मानतेय. ती

पदरात पाडून घ्या.''

कुणाला समजायच्या आत कांचनमाला उठल्या आणि त्यांनी जयाचे पाय धरले. त्या रडत होत्या.

म्हणाल्या, ''आजवर कांचनमालानं कुणाचे पाय धरले नाहीत. पण आज मी हरलेय. प्लीज, जयादेवी. तडजोड करा. पण माझी प्रतिष्ठा, माझं प्रेस्टीज यांना धक्का लावू नका.''

जया उठून उभी राहिली. त्यांच्याकडे न बघता ती म्हणाली,

''एक लक्षात असू द्या. आपण शिर्केंच्या सुना आहोत. शिर्के मोडले; पण वाकले नाहीत. तेवढा संयम पाळा. पैशासाठी कुठंही लाचारी करू नका. दुःख इतकंच वाटतं की, प्रत्यक्ष नवरा मरून गेलातरी तुम्ही रडला नाहीत. आणि इस्टेटीसाठी रडता आहात! माणसापेक्षा वस्तूंचं मोल अधिक वाटतं तुम्हाला?''

''पण त्यांनी कोणतं सुख दिलंय मला म्हणून दुःख व्हावं?''

''मग ही इस्टेट सुख देईल असं वाटतं? काही बोलू नका. कांचनमालादेवी. रात्री आठ वाजता मी येत आहे. आपण वाट पाहा.''

जया शांतपणानं आत निघून गेली. तिचं ते रूप बघून सारे अवाक् झाले होते.

■

शिर्केमहाल कांचनमालांच्या नातेवाइकांनी, मित्र-परिवारांनी भरला होता. खुद्द राणीसाहेब येऊन थांबल्या होत्या. कांचनमाला मनातून घाबरून गेल्या होत्या. त्यांनी फोन करून सर्वांना बोलवून घेतलं होतं. दिवाणखान्यात हलकी कुजबुज सुरू होती. सारे जण जयादेवीला बघायला उत्सुक होते.

गाणाऱ्या बाईची मुलगी.

इस्टेटीसाठी दावा लावणारी स्त्री. कशी असेल?

उत्कंठेनं सारे वाट पाहत होते. आठ वाजता पोर्चमध्ये मोटार थांबली. दारात तुका उभा होता. त्यानं जयाला वाकून नमस्कार केला. अजयचा हात धरून जया उतरली. पाठोपाठ रफिकमियाँ. जयानं पांढरीशुभ्र सुती साडी नेसली होती. डोकीवरून पदर घेतला होता. हात, गळा रिकामे होते. पण चेहऱ्यावर विलक्षण शांत भाव होता. साऱ्या स्त्रिया असूयेनं ते सात्त्विक सौंदर्य निरखत होत्या. त्यांची निराशा झाली होती.

कल्पनेत रंगवलेली जया केवढी भडक होती.

जयानं सर्वांकडे हसून बघितलं. अजयला घेऊन ती देवघरात गेली. आज तिचा अजय प्रथमच शिर्केमहालात आला होता. देवघरात दिवा लावलेला नव्हता.

''तुकामामा –'' तिनं हाक दिली.

"दिवा लावा.''

"व्हय, जी!''

तुका तेल आणायला पळाला.

जयानं समई पेटवली. देवघरात थोरले सरकार, आईसाहेब, मानसिंग यांचे फोटो होते. त्यांना तिनं मनोभावे नमस्कार केला. अजयला नमस्कार करायला लावला. अजय मानसिंगांच्या फोटोकडे बघत होता.

"मा, पप्पाजींचा फोटो इथं कसा?''

"बेटा, हे त्यांचं घर आहे. तुझं घर आहे.''

"रामाचा राजवाडा असाच असेल ना?''

अजयच्या मनातून लव-कुश हलत नव्हते.

जया मागील दारी गेली. तुळशीवृंदावन अंधारात बुडून गेलं होतं. तिनं तिथला लामणदिवा लावला. त्या अंधूक उजेडात तुळस दिसत होती. कृश, सुकलेली.

तुझं नाव मी मंजिरी ठेवलंय – 'तुळस-मंजिरी' – जिनं सदा प्रेमच दिलं. तळाखालच्या बाळकृष्णाला सावली दिली. पण स्वत:ची मर्यादा कधी ओलांडली नाही!

भरल्या नजरेत तुळस साठत होती.

जया आत आली.

अजय, विक्रमना खेळायला पाठवून जया दिवाणखान्यात आली. तिला बघून सारे सावरून बसले. जयानं राणीसाहेबांना ओळखलं. तिनं वाकून नमस्कार केला.

ती म्हणाली, "आपला आणि माझा परिचय नाही. मी जयनंदा शिर्के, मानसिंगराजांची पत्नी आणि महाराज अजयसिंहांची धाकटी बहीण.''

राणीसाहेबांना जयावरून महाराजांशी झालेलं भांडण आठवलं. त्या अस्वस्थ झाल्या होत्या. जयानं कांचनमालांकडं बघितलं. रडून त्यांचे डोळे सुजले होते. जया हसून म्हणाली,

"बोला, वाटणीची सुरुवात कुठून करायची?''

दफ्तरदारीणबाई मध्येच म्हणाल्या, "जयादेवी, अशी वाटणी करण्याऐवजी आपण मागच्या छोट्या बंगलीतच का राहत नाही? तसं करणं सर्वांच्याच सुखाचं आहे.''

"अस्सं? हे आपल्याला मान्य आहे ना? मग कांचनदेवी, मागच्या बंगलीत जाऊ देत. मी पुढे राहते. तुका, यांचं सारं सामान मागच्या बंगलीत हलव बरं.''

"नको-नको. त्यापेक्षा मी सकाळी सुचवलं ते मान्य करा. या हवेलीची अर्धी किंमत मी तुम्हाला देते. तुम्ही यावरचा हक्क सोडा. बाकी सगळ्याची अर्धी वाटणी करू.'' कांचनमाला म्हणाल्या,

"पण शिर्के महालाची वाटणी नको.''

"अस्सं! हे आपल्याला मान्य असेल तर मी आपल्याला अर्धी किंमत देते. तुम्ही हवेलीवरचा हक्क सोडा. हवेली मी घेते. ते मान्य नसेल तर सांगा; आपण सरळ वाटणीला सुरुवात करू." जया म्हणाली.

रफिकमियाँ आश्चर्यानं जयाकडे बघत होते. ती अशी का वागते, हे त्यांना समजत नव्हतं.

"काय निर्लज्जपणा. सरळ-सरळ लिलाव पुकारतेय. जनाची नाहीतर मनाची तरी –"

पाठीमागे कुणीतरी म्हणालं. ते शब्द ऐकताच जया कडाडली.

"निर्लज्जपणा? तो मी केव्हाच केला नाही. केलाय तो तुम्ही! जामीन भरण्यापूर्वी, कोर्टात जाण्यापूर्वी. प्रत्येक वेळी मी विनवण्या केल्या. आर्जवं केली. रडले. पण तुम्ही सर्व जण धुंदीत होता. कांचनमालांना वाकडे सल्ले देत होता. नवरा तुरुंगात जाताना, कैद भोगत असताना, आजारी असताना कधी तुम्ही चौकशी केली नाही. पैशांच्या मस्तीत कर्तव्य विसरलात. नवरा त्या दुःखानं खचून मरून गेला. त्याचं कुणाला दुःख झालं नाही. उलट मृत्युपत्राचा आधार घेऊन मालकीण बनलात. तुम्हीच सांगा, निर्लज्जपणा तो आणखीन काय असतो? सासरच्या आधारावर जगायचं आणि माहेरचा दिमाख बाळगायचा. हा निर्लज्जपणा नव्हे? पण ज्याच्या जिवावर तुमच्या उड्या त्या नवऱ्याला कसं रिझवावं, जपावं इतकं साधं वागणं तुम्हाला का जमू नये? ज्या स्त्रीला हे जमतं तिचा संसार सुखाचा होतो. मग तिची असूया तुम्ही का बाळगावी?"

बोलता-बोलता जया थांबली. सगळ्या दिवाणखान्यात एकच शांतता पसरली होती. फक्त कांचनमालांचे हुंदके ऐकू येत होते. आता काय होणार याचा अंदाज कुणालाच येत नव्हता. अचानक जया उठली.

कांचनमालांच्या शेजारी जाऊन बसली. म्हणाली, "खानदानी कुळात जन्म घेतलात. शिर्के घराण्याची सून झालात. आईसाहेबांच्या सारखी माउली भेटली. रसिला, दिलदार पती लाभला. मुलगा झाला. पण हे सारं लाभूनही कोरड्याच राहिलात हे दुर्दैव! आज पाझर फुटलाय, रडू कोसळतंय ते निर्जीव वास्तूसाठी. हीच माया आपल्या माणसावर केली असती, तर मला आज इथं यावं लागलं नसतं."

कांचनमालांचा हात हाती घेत ती म्हणाली,

"अशा घाबरू नका. ज्यांच्या जिवावर सुखी संसाराची स्वप्नं बघितलीत, ते माणूस पार होरपळून या जगातून निघून गेलं, आता या हवेलीला अर्थच काय?"

"मला हिणवता?" कांचनमाला म्हणाल्या.

"हिणवू कशाला? मी तृप्त आहे. मी खूप मिळवलं. आईसाहेबांचं प्रेम, महाराज सरकारांचा जिव्हाळा, यांचं रसीलं प्रेम. आणखी काय हवं?"

“मग दावा कशासाठी लावलात?” आबासाहेब संतापानं म्हणाले.

“दावा लावला तो शिर्केंची प्रतिष्ठा विकली जाऊ नये म्हणून. माझ्या अजयचा हक्क सिद्ध करण्यासाठी.” कणखर उत्तर आलं.

“तुमचं दुटप्पी बोलणं मला समजत नाही.” कांचनमाला म्हणाल्या.

“दुटप्पी वागणं तरी कुठं समजलंय तुम्हाला?”

ग्वाल्हेरकरांकडे बघून सूचक हास्य करीत जया म्हणाली,

“आपलं माणूस परकं समजलात आणि परक्यांना आपलं मानलंत कांचनदेवी, खटला मी जिंकलाय. अर्धी वाटणी माझी आहे.”

“ते परत का ऐकवताय? कोर्टात मी ते ऐकलं आहे.”

कांचनमाला उथळपणे म्हणाल्या.

“हां! ऐकलं असेल. पण आता जे सांगतेय ते कोर्टात ऐकलं नसावं. मला यातलं काहीच नको आहे.”

ते ऐकताच सारे दचकले. शांत नजरेनं जया बोलत होती.

“सर्वच मी परत देतेय. तुम्ही सर्व उपभोगा. पण माझी अट एकच असेल. तुम्हाला यातलं काहीच विकता यायचं नाही. आज मला यातलं काही नकोय. पण उद्या मुलांना काय हवं, काय नको ते आज आपण कोण ठरवणार?”

“म्हणजे?”

“उद्या माझे वकील येतील. तुम्हाला किंवा इतरांना शिर्केंची कोणतीही इस्टेट विकता येणार नाही. तो अधिकार असेल फक्त सज्ञान झालेल्या आपल्या दोन्ही मुलांना. कोण जाणे, कदाचित इस्टेटीच्या आधाराखेरीज ती जगूही शकतील किंवा त्यांना शेतीची आवडही असेल. त्यांना काय आवड असेल, ते आज आपण कोण ठरवणार? तुम्हाला हे मंजूर असेल तर तशा कागदपत्रावर सह्या करून द्याव्या लागतील.”

जयानं परखड प्रश्न केला.

तोच प्रश्न पूर्वी मानसिंगांनी केला होता. आज जयानं केला. आता कांचनमाला साऱ्याच संकटांतून सुटल्या होत्या. त्यांचे भाऊ किंवा वडील यांना आता काहीच विकता येणार नव्हतं. त्यांना ते आश्रित करू शकणार नव्हते.

जयाचा हात घट्ट धरून कांचनमाला म्हणाल्या, “मला सारं कबूल आहे. रफिकमियाँ, उद्या सकाळी आपण येऊन जरूर ती कागदपत्रं पुरी करून घ्या.”

जया समाधानानं हसली. त्यांना वाकून नमस्कार करून म्हणाली, “येते मी. या घरच्या अन्नावर मी वाढले. या घरात शिर्केंचा वंश वाढतोय. या घरचं पावित्र्य जपा. मर्यादा ओलांडून काही वागले, बोलले असेन तर –”

जयाला थांबवत कांचनमाला म्हणाल्या, “जाण्यापूर्वी एक विनंती करू का?”

“तुम्ही थोरल्या. विनंती कसली? आज्ञा करा!”

“जाण्यापूर्वी एकदा आक्का म्हणा.”

“चुकून एकदा मी मर्यादा विसरून तसं म्हणाले होते. तुम्ही मला माझी जागा दाखवून दिलीत. तिचं भान मला आहे.”

“मला माफ करणार नाही?”

अवघडलेली जया म्हणाली,

“आक्का...!”

आणि तिचे शब्द पुरे होण्यापूर्वीच कांचनमाला तिच्या मिठीत शिरल्या. दोघींच्या अश्रूंना खळ उरला नव्हता. स्वत:ला सावरून जया म्हणाली,

“येते मी!”

“घर तुमचंच आहे.” कांचनमाला म्हणाल्या, “कधीही या! हक्कानं!”

जायला निघालेली जया साऱ्या दिवाणखान्याचं तेज लेवून बसली होती. अभावितपणे सारे उठून उभे राहिले. जया राणीसाहेबांच्या जवळ गेली.

वाकून त्यांना नमस्कार करीत ती म्हणाली, “आज दादांची फार आठवण येतेय. आज ते हवे होते.”

जयाचा कंठ रुद्ध झाला होता. राणीसाहेब बेचैन झाल्या. त्यांच्या आक्रस्ताळेपणानं महाराज अचानक गेले होते. त्यांच्या स्वार्थानं मानसिंगांचा बळी गेला होता. चूक समजत होती. पण समजूनही आता उपयोग नव्हता. जयाचा हात धरून स्नेहभरानं दाबत त्या म्हणाल्या,

“कुठं निघालात? अशी जोडलेली नाती तोडता येत नसतात. तुमचे दादा नसले तरी मी आहे. तुमच्या पदरात मूल आहे. कुठे जाणार?”

नाजूक हसून जया म्हणाली,

“मी पोरकी थोडीच आहे? मी महाराज अजयसिंहांची धाकटी बहीण आहे. माझ्या दादांनी भाऊबीज म्हणून मला मळा दिला आहे. त्याच्या एका-एका झाडाच्या सावलीखाली एक-एक दिवस काढला तरी, माझं उरलेलं आयुष्य सहज सरेल. येते मी. चल अजय!”

अजयचं बोट धरून जया पाठमोरी वळली. रफिकमियाँनी रुमालानं डोळे कोरडे केले.

“चला दीदी –”

गाडी पोर्चबाहेर गेली. दाराशी पोहोचवायला आलेल्या मंडळींना शिर्केमहालात शिरण्याचं भान राहिलं नव्हतं. सारी हवेली निस्तेज झाली होती.

मागच्या दारीची तुळस मात्र मंजिऱ्यांना सावरत हलकेच वाऱ्यावर झुलत होती. ■

www.ingramcontent.com/pod-product-compliance
Lightning Source LLC
LaVergne TN
LVHW020001230825
819400LV00033B/945
* 9 7 8 8 1 7 1 6 1 2 9 5 6 *